निरोगी लोक-श्रीमंत राष्ट्र

सचिन सी नरवडिया

Made with ♥ on the Notion Press Platform
www.notionpress.com

ही पुस्तक समर्पित आहे माझ्या रुग्णांना ....

अनुक्रमणिका

प्रस्तावना   vii

1. आरोग्य परिचय   1

2. सामान्य आरोग्य साठी दैनंदिन क्रिया   3

3. मधुमेह   7

4. रक्तदाब (हायपरटेन्शन)   12

5. थायरॉईड असंतुलन   15

6. आरोग्य आणि आयुर्वेद   18

7. आयुर्वेद औषध आणि आहार नियंत्रण उपायांद्वारे व्यवस्थापन   24

8. कोविड-19 नंतरच्या रुग्णांच्या आरोग्य समस्या   30

9. क्रॉनिक ऑब्स्ट्रक्टिव्ह पल्मोनरी डिसीज-copd   34

10. समाजातील सार्वजनिक आरोग्य   46

संदर्भ   53

प्रस्तावना

आरोग्याचे आपल्या सर्वांच्या जीवनात विशेष महत्त्व आहे . आरोग्याची माहिती असणे आणि आपले आरोग्य कसे जपायचे, हे माहिती असेल तर त्या माहितीचा आपल्या दैनंदिन जीवनात उपयोग करून निरोगी जीवन जगले पाहिजे. रोगां वरील उपचारा बरोबर रोगांचा प्रतिबंध जास्त महत्त्वाचा आहे. कोणत्या ही देशाचे नागरिक ही देशाची सँपत्ती असते. जनता निरोगी असेल तर ती स्वत:ची कामे करून देशाच्या प्रगती मध्ये हातभार देऊ शकते. लोकांना निरोगी ठेवण्यासाठी प्रत्येक राज्यातील शसन व्यवस्था आरोग्या विषयी विविध स्तरावर जाणीव जागृती करत असते . रोगामुळे होणारा त्रासामुळे मोठ्याप्रमाणात शारीरिक आणि आर्थिक हानी होते. शारीरिक, मानसिक आणि सामाजिक स्तरावर उत्तम राहण्या ची स्थितीम्हणजेच निरोगी शरीर आहे.

काळाबरोबर आरोग्याचा अर्थ ही विकसित झाला आहे. बायोमेडिकल दृष्टीकोन ठेवून विचार केला तर आरोग्याच्या सुरुवातीच्या व्याख्या शरीराच्या कार्य करण्याच्या क्षमतेच्या विषयावर केंद्रित आहेत. आरोग्याच्या अशा व्याख्येचे उदाहरण: "एक अशी स्थिती ज्यामध्ये , शारीरिक आणि मानसिक अखंडता; वैयक्तिकरित्या कौटुंबिक कार्य आणि समाजातील भूमिका पार पाडण्याची क्षमता; शारीरिक, जैविक, मानसशास्त्रीय आणि सामाजिक ताणतणाव हाताळण्याची क्षमता होय". त्यानंतर सन 1948 मध्ये मागील व्याख्यांपासून पूर्णपणे निघून गेल्यानंतर जागतिक आरोग्य संघटने (डब्ल्यूएचओ) ने एक अशी व्याख्या प्रस्तावित केली जिचा हेतू उच्च आहे. आरोग्याला आरोग्याशी जोडणे, "आरोग्य म्हणजे शारीरिक, मानसिक आणि सामाजिक स्तरा वर सामान्य होणे आणि रोगाची अनुपस्तिथि असणे अशक्तपण नसणे आहेत ". जरी काहींनी या परिभाषेचे अभिनव अभिनंदन केले असले तरी त्याचे निष्कर्ष अस्पष्ट, अत्यधिक व्यापक आणि मोजण्यासारखे मानले जात नाही अशी टीका देखील केली गेली. बर्‍याच काळासाठी, हा एक अव्यवहार्य आदर्श म्हणून

बाजूला ठेवण्यात आला होता आणि आरोग्याबद्दलच्या बहुतेक चर्चा बायोमेडिकल मॉडेलच्या व्यावहारिकतेकडे परत आल्या.

आरोग्य विज्ञान ही आरोग्यावर केंद्रित विज्ञानाची एक शाखा आहे. आरोग्य विज्ञानाचे दोन मुख्य दृष्टिकोन आहेत: मनुष्य (आणि प्राणी) कसे कार्य करतात हे समजून घेण्यासाठी शरीर आणि आरोग्य यांचा परस्पर संबंधित विषयाचा अभ्यास व संशोधन, आणि आरोग्य सुधारण्यासाठी, रोग, इतर शारीरिक प्रतिबंध आणि मानसिक दुर्बलतेच्या उपचारांसाठी त्या ज्ञानाचा उपयोग. रोगविज्ञान समजण्यासाठी अनेक उप-विषय आहेत. यामध्ये जीवशास्त्र, जैव रसायनशास्त्र, भौतिकशास्त्र, रोगनिदानशास्त्र, औषधनिर्माणशास्त्र, वैद्यकीय समाजशास्त्र आहेत. आरोग्य विज्ञान, बायोमेडिकल, अभियांत्रिकी, बायोटेक्नॉलॉजी आणि सार्वजनिक आरोग्य यासारख्या क्षेत्रातील अनुप्रयोगांद्वारे मानवी आरोग्य अधिक चांगल्या प्रकारे समजून घेण्यास आणि सुधारण्यासाठी प्रायोजित आरोग्य विज्ञान प्रयत्न करते .

१

आरोग्य परिचय

आरोग्य, विज्ञान, पौष्टिकता, फार्मसी, सामाजिक कार्य, मानसशास्त्र, व्यावसायिक थेरपी, शारीरिक चिकित्सा आणि इतर आरोग्य सेवा व्यवसायात प्रशिक्षित अभ्यासकांनी आरोग्य विज्ञानाद्वारे विकसित केलेली तत्त्वे आणि कार्यपद्धतींवर आधारित प्राथमिक आरोग्य सुधारण्यासाठी संघटित कार्य केले जाते.

वैद्यकीय व्यावसायिक प्रामुख्याने व्यक्तींच्या आरोग्यावर लक्ष केंद्रित करतात, तर सार्वजनिक आरोग्य वैद्यकीय समूह लोकसंख्येच्या एकूण आरोग्याचा विचार करतात. मुलांचे आरोग्य सुधारण्यासाठी शालेय आरोग्य सेवांप्रमाणेच कर्मचाऱ्यांचे आरोग्य आणि स्वास्थ्य सुधारण्यासाठी, त्यांचे कार्य मूल्य वाढविण्यासाठी कंपन्यांद्वारे कामाच्या ठिकाणी कल्याण कार्यक्रम मोठ्या प्रमाणात घेतले जातात.

सार्वजनिक आरोग्य हे "रोग प्रतिबंधित करण्याचे विज्ञान आणि कला ही आयुष्य वाढविण्याची आणि संघटित प्रयत्नांद्वारे समाज, संस्था, सार्वजनिक, खाजगी, समुदाय आणि व्यक्तींच्या निवडीची माहिती देऊन आरोग्यास प्रोत्साहन देणारी कला आहे" असे वर्णन केले गेले आहे.

लोकसंख्येच्या आरोग्याच्या विश्लेषणावर आधारित सर्वांगीण आरोग्यास धोका असल्याचा संबंध आहे. सार्वजनिक आरोग्यामध्ये बऱ्याच उप-विभाग आहेत, परंतु सामान्यत: महामारी विज्ञान,

जीवशास्त्र आणि आरोग्य सेवांच्याविभिन्न विभागांचा समावेश आहे. पर्यावरणीय आरोग्य, सामुदायिक आरोग्य, वर्तनात्मक आरोग्य आणि व्यावसायिक आरोग्य ह्या सार्वजनिक आरोग्याच्या महत्त्वपूर्ण बाबी आहेत.

सार्वजनिक आरोग्याच्या हस्तक्षेपाचे लक्ष हे रोगांचे नुकसान, जखम आणि आरोग्याच्या इतर परिस्थितींपासून बचाव आणि व्यवस्थापण करणे हे आहे. शैक्षणिक कार्यक्रमांची अंमलबजावणी, धोरणे विकसित करणे, सेवा प्रशासन आणि संशोधन करून आरोग्याच्या समस्या उद्भवण्यापासून किंवा पुन्हा होण्यापासून रोखणे हे त्याचे उद्दीष्ट आहे. बर्‍याच बाबतीत, एखाद्या रोगाचा उपचार करणे किंवा रोग नियंत्रित करणे इतरांना प्रतिबंधित करण्यासाठी अत्यावश्यक असू शकते. लसीकरण कार्यक्रम आणि संसर्गजन्य रोगाचा प्रसार रोखण्यासाठी निरोधाचे वितरण ही सामान्य प्रतिबंधात्मक सार्वजनिक आरोग्याच्या उपायांची उदाहरणे आहेत.

सार्वजनिक आरोग्य विभाग देखील देशातील विविध भागात आणि काही प्रकरणांमध्ये खंड किंवा जागतिक आरोग्याच्या असमानतेस मर्यादित ठेवण्यासाठी विविध कार्य करते . . आर्थिक, भौगोलिक किंवा सामाजिक अशा सांस्कृतिक बाधा असतानाही आरोग्य आणि कल्याणात व्यक्ती आणि समुदायापर्यंत पोहोचण्याचा एक प्रमुख मुद्दा आहे. सार्वजनिक आरोग्य यंत्रणेच्या अनुप्रयोगांमध्ये माता आणि बाल आरोग्य, आरोग्य सेवा प्रशासन, आपत्कालीन प्रतिक्रिया आणि संक्रामक आणि जुनाट आजारांचे प्रतिबंध आणि नियंत्रण यांचा समावेश आहे.

सार्वजनिक आरोग्य कार्यक्रमांचा चांगला सकारात्मक परिणाम मोठ्या प्रमाणात मान्य केला जातो. सार्वजनिक आरोग्याद्वारे विकसित केलेली धोरणे आणि कृतींमुळे अंततः 20 व्या शतकामध्ये नवजात आणि मुलांच्या मृत्यूचे प्रमाण कमी झाले आणि जगातील बहुतेक भागात आयुष्यमानात सतत वाढ झाली.

2

सामान्य आरोग्य साठी दैनंदिन क्रिया

सामान्य आरोग्यसाठी दैनंदिन क्रिया कशी करावी, कोण- कोणते कार्य करावे आणि कोणती खबरदारी घ्यावी हे समझण्या साठी एक प्रश्न उत्तरांच्या माध्यमाने एक गोष्ट आपल्या समोर प्रस्तुत आहे.

सुमित हा 13-14 वर्षाचा जिज्ञासूप्रवर्ती मुलगा आहे. हा सतत आपल्या वडील डा.देशमुख यांना प्रश्न करायचा. लहान मुलांचे प्रश्न करणे खूप चांगली सवय आहे . सर्व पालक मंडळी असे मुली-मुलाना प्रोत्साहित करणे खुप आव्यशयक आहे.

सुमित : " बाबा, तुम्ही रुग्णाना तपासणी करत असतात आणि त्यांना बरे पण करून देतात पण मला सांगा की हे रोग होण्याचे कोण- कोणते कारणे असतात?

डा. देशमुख : " सुमु खुपच छान प्रश्न केलं. मी या प्रश्नाचा थोडक्यात तुला उत्तर देत आहे.

आजाराचे मुख्य चार प्रकार आहेतः संसर्गजन्य रोग, कमतरतेचे रोग, अनुवांशिक रोग आणि चयापचय चे रोग. रोगांचे वर्गीकरण इतर मार्गांनी देखील केले जाऊ शकते, जसे संसर्गजन्य आणि गैर संसर्गजन्य रोग."

सुमित : " बाबा, खुप छान उत्तर दिले तुम्ही, आता मला सांगा आपण कशे हे सर्व रोग होणे टाळू शकेल ?

डा. देशमुख : " सुमु सर्व रोगांकरिता वेग वेगडी सावधगिरि घेतली जात असते पण काही समान्य नियम पाडून रोगा पासुन आपल्याला वाचवुन घेता येते. यचात मी तुला सांगते कोण-कोणते नियम पडावे.

चांगल्या आरोग्यासाठी आम्हाला 40 हून अधिक वेगवेगळ्या पोषक तत्त्वांची आवश्यकता असते आणि ऐक प्रकारच्या भोजन त्या सर्वांना पुरवू शकत नाही. हे एका जेवणाबद्दल नाही, कालांतराने ते संतुलित खाण्याच्या निवडीबद्दल आहे ज्यामुळे फरक पडेल. आपल्या आहारात कार्बोहायड्रेट समृध्द असलेल्या भरपूर प्रमाणात असलं पाहिजे.

आपल्या आहारातील अर्ध कॅलरी कार्बोहायड्रेटयुक्त धान्य, तांदूळ, पास्ता, बटाटे आणि ब्रेड सारख्या अन्नातून येते. प्रत्येक जेवणात यापैकी कमीतकमी एकाचा समावेश करणे चांगले आहे. अख्खे ब्रेड, पास्ता आणि तृणधान्ये यासारख्या होल्ग्रेन पदार्थांमुळे आपल्या फायबरचे प्रमाण वाढेल. चरबी चांगल्या आरोग्यासाठी आणि शरीराच्या योग्य कार्यासाठी महत्त्वपूर्ण आहे. तथापि, जास्त प्रमाणात घेतल्यावर बराचसा नकारात्मक प्रभाव आपल्या वजनावर आणि हृदय व रक्तवाहिन्यासंबंधी आरोग्यावर होतो. वेगवेगळ्या प्रकारचे चरबीचे आरोग्यावर परिणाम वेगवेगळे असतात.

फळ आणि भाज्या हे आपल्याला पुरेसे जीवनसत्त्वे, खनिजे आणि फायबर देण्यासाठी सर्वात महत्त्वाचे पदार्थ आहेत. दिवसातून किमान 5 सर्व्हिंग फळ आणि भाज्या खाण्याचा प्रयत्न केला पाहिजे. उदाहरणार्थ, नाश्त्यात एक ग्लास ताजे फळांचा रस, कदाचित एक सफरचंद आणि स्नॅक्स म्हणून टरबूजचा तुकडा आणि प्रत्येक जेवणात वेगवेगळ्या भाज्यांचा चांगला भाग घेणे लाभप्रद आहे ."

सुमित : " बाबा, मला वाटते की जस मी अभ्यासाचा वेळ-पत्रक बनवतो तसेच मला जेवण करण्याचे पण वेळ-पत्रक बनवून लागणार आहे ? "

डा. देशमुख : " सुमु, ही खुप छान कल्पना आहेत आणि असे केल्यावार आहारात कमतर तेचे रोगाना मात देता यईल."

सुमित : " बाबा, मीठ आणि साखर विषयी पण मला सांगा?"

डा. देशमुख : " सुमु, मीठ आणि साखरेचे प्रमाण कधी ही कमी करणे अति महत्त्वाचा आहे. मीठ जास्त प्रमाणात घेतल्यास उच्च रक्तदाब होऊ शकतो आणि हृदय व रक्तवाहिन्यासंबंधी रोग होण्याचा धोका वाढतो. आहारात मीठ कमी करण्याचे वेगवेगळे मार्ग आहेत: खरेदी करताना आम्ही कमी सोडियम सामग्रीची उत्पादने निवडून घ्यायचे. शिजवताना, मीठ मसाल्यांच्या जागी वापरता येऊ शकते, चव आणि अभिरुचीची विविधता वाढेल. खाताना, टेबलवर मीठ न खाणे किंवा चाखण्यापूर्वी मीठ न घालणे छान सवय आहे. साखर गोडपणा आणि एक आकर्षक चव प्रदान करते, परंतु चवदार पदार्थ आणि पेये उर्जायुक्त समृद्ध असतात आणि अधूनमधून उपचार म्हणून संयमात उत्तम प्रकारे उपभोगतात. त्याऐवजी आम्ही आमचे पदार्थ आणि पेय मधुर करण्यासाठी फळे वापरू शकतो."

सुमित : " बाबा, खूप छान माहिती मला आज मिळाली, हे मी विसरणार नाही आणी आपल्या जीवनात पण उपयोग करणार". बाबा आता सांगा की आरोग्य राहण्यासाठी किती पानी प्यावे लागते आणी पाण्याचा आहारात काय महत्त्व आहे ?

डा. देशमुख : " सुमु, आपल्या शरीरात किमान 70 प्रतिशत पाण्याचा प्रमाण असते आणी पाण्याची कमी झाल्यावर चक्कर येणे बेसुद्ध होणे असे लक्षण आडाडतात. प्रौढांना दिवसातून किमान 1.5 लिटर द्रव्य पीणे आवश्यक आहे.

सुमित : " बाबा, माझा एक प्रश्न आणखी आहे, मी आपल्या शेजारी लोक आपल्या वजन साठी खूप काळजी करत असतात तर त्याच्या विषयी काही सांगा ?

डा. देशमुख : " सुमु, आपल्या प्रत्येकाचे योग्य वजन हे लिंग, उंची, वय आणि जीन्स या घटकांवर अवलंबून असते. लठ्ठपणामुळे आणि जास्त वजनाने प्रभावित झाल्यामुळे मधुमेह, हृदयरोग आणि कर्करोगासह विविध प्रकारच्या आजाराचे धोके वाढतात. आपल्या शरीराच्या आवश्यकता पेक्षा जास्त चरबी खाण्यात येते आणि ती अतिरिक्त कॅलरी कोणत्याही कॅलरीक पोषक तत्वांद्वारे येऊ शकते -

प्रथिने, चरबी, कार्बोहायड्रेट किंवा अल्कोहोल, परंतु चरबी हा उर्जेचा सर्वाधिक केंद्रित स्रोत आहे. शारीरिक क्रियाकलाप आम्हाला उर्जेचा खर्च करण्यास मदत करते आणि आम्हाला चांगले वाटते. आपण काय खात आहात यावर लक्ष देणे, शारीरिक सक्रियता राखणे, आणि आपल्या जेवणबद्दल आणि स्वतःबद्दल अधिक जाणून घेणे आपल्याला आपली आरोग्य लक्ष्ये पूर्ण करण्यात मदत करू शकते. वेगवेगळ्या आरोग्याच्या परिस्थिती आणि जीवनशैलींच्या विशिष्ट आवश्यकतांबद्दल जागरूकता बाळगणे देखील महत्वाचे आहे कारण आरोग्य "एका आकारात सर्वकांना बसत नाही".

सुमित : " बाबा, आज आपल्या खूप छान गोष्ट्या झाल्या. आता आई मला बोलवत आहे मला शाळेला जायचे आहे. उद्या माझी सुट्टी आहे तर आणखीन बोलू या".

डा. देशमुख : " सुमु, ठीक आहे मी पण आता क्लिनिक ला जाणार".

3

मधुमेह

भारतातील लोकसंख्येत मधुमेह ची संवेदनशीलता मध्ये वाढ होण्याची तीव्र शक्यता आहे. एक शोध चे निकाल असे दर्शविले आहे की भारतीय प्रवासी जे इतर देशात उदारहरनार्थ सिंगापूर, दक्षिण आफ्रिका, यू.के. आणि यूएसए निवास करीत आहे त्यांचात स्थानिक लोकसंख्येच्या तुलनेत मधुमेह चे प्रमाण जास्त आहे.

मधुमेह रोग समझण्यासाठी आधी आम्हाला ग्लुकोस चे आपल्या शरीरात काय कार्य आहे ? कशे तो आपल्या ला ऊर्जा देतो हे समझणे आवश्यक आहे . तर ही गोष्ट सुरू होते जेवण पासून. आपल्या जेवणात मुख्यत कार्बोहायडरेत प्रथिने आणी फट्स असते . या प्रकरण मध्ये आम्ही कार्बोहायडरेत वर आपले लक्ष्य ठेवणार आहे. कार्बोहायडरेत खालल्यावर तो वेग-वेगड्या साखरेचा प्रकारात तुटतो जसे ग्लुकोस फ्रूक्तोस मेन्नोस, यांचात ग्लुकोस चे प्रमाण सर्वात जास्त असते. तो ग्लुकोस आंत मधून रक्त मध्ये जातो आणि रक्तात ग्लोकोस ची मात्रा वाडते पण सामान्य परिस्तथित रक्तात ग्लुकोस चे प्रमाण 140-160 मिग्रा प्रती डीएल ची पुळे जात नाही. रक्त मध्ये ग्लुकोस चे प्रमाण वाडल्यावर मेंदूतून इंसुलिन रीलीज(IRF) करणारा हार्मोन निघते आणि तो स्वादुपिंड(पँक्रियाज) च्या बीटा कोशिकांवर जाऊन विशिष्ट अभिग्राहक वर चिकटतो त्याचा चिपकल्यावर कोशिका मध्ये इंसुलिन हार्मोन चे निर्माण आणि त्यांनाचा रक्त मध्ये स्त्राव सुरू होते. इंसुलिन

यकृत व इतर अंगाच्या कोशिकांवर जाऊन विशिष्ट अभिग्राहक वर चिकटतो त्याचा चिपकल्यावर सोडियम पम्प उघडून रक्त मधील ग्लुकोस ला कोशिकांच्या आत मध्ये जाण्यासाठी रास्ता सुलभ करते, आणि ग्लुकोस कोशिका मध्ये जातो. कोशिका मध्ये ग्लुकोस चे रूपांतरण H_2O, CO_2 आणि ATP यांचात होते. या ATP म्हणजे आदेनोसीन ट्रायफॉस्फेट ऊर्जा चे अणू असतात त्याचा उपयोग आमच्या देनदिन कार्या साठी शरीर उपयोग करतो.

आपल्या रक्त मध्ये सामान्य ग्लुकोस चे प्रमाण 12 तास च्या उपवास नंतर 65 ते 110 mg/dl असतो आणि जेवणाच्या 1.30 ते 2 तास नंतर हा लेवल 140 mg/dl पर्यन्त जातो.

मधुमेह ही एक जटिल अवस्था आहे ज्यामुळे हृदय, रक्तवाहिन्या, डोळे, मूत्रपिंड आणि नसा आणि संपूर्ण शरीरावर परिणाम होऊ शकतो. मधुमेहाचे दोन प्रकार आहेत, टाइप 1 आणि 2. टाइप 1 याला किशोर मधुमेह किंवा इंसुलिन आधारित मधुमेह म्हणून देखील ओळखले जाते. येथे स्वादुपिंड स्वतःच इंसुलिन कमी किंवा नाही उत्पन्न करतो. टाईप २ मधुमेह तनाव घेणारे , अंनुवांशिक, जास्त वजन असणारे , दर रोज व्यायाम न करणारे , बसून दिवस भर काम करणारे लोकांना होऊ शकते. मधुमेह झाल्यावर आहार व्यायाम आणि खूप जास्त ग्लुकोस वडले असेल तर औषधी घेऊन नियंत्रण करता येते. आपल्या आहारात प्रथिन जास्त घेणे आणि कार्बोहायड्रेट चे सेवन कमी करणे आवश्यक आहे. नियमित प्रमाणे रक्तात ग्लुकोस ची तपासणी, वजन वर नियंत्रण, नियमित व्यायाम आणि योग करून वाडत आसलेले रक्त चे ग्लुकोस कमी करता येते. मधुमेहाचे प्रमाण वाढते आहे, काही प्रमाणात ते जास्त वजनाने बाधित लोकांची संख्या वाढतात. निरोगी जीवनशैली कशी टिकवायची हे समजून घेतल्यास टाइप 2 मधुमेह टाळता येतो.

मधुमेह होण्याचे कारण

मधुमेह हा रोग कोणत्या ही वयात होऊ शकते पण वाडत्या वयासोबत मधुमेह पण तीव्र गती ने वाडते. टाइप 2 मधिल्या वयात आढळतो आणि त्याच्या नंतर तो तीव्रतेने वाढतो. आहारात कमतरतेने होणारे मधुमेह तरूणांना मोठ्या संख्येत होऊ शकतो. स्त्री आणि पुरुष

च्या संदर्भात काही देशात उदा. ग्रेट ब्रिटेन मध्ये हा प्रमाण सारखं आहे दक्षिण पूर्वी एशिया मध्ये बघण्यात आले आहे पण हा सर्वेक्षण चा प्रश्न पण आहे.

अनुवांशिक कारक : मधुमेह हा अंनुवांशिक प्रकार चा रोग आहे.जुळले मुल मध्ये हा शोध लावलेला आहे की टाइप 2 मधुमेह एक मुलाला झाल तर दुसर्‍याला होण्याची शक्यता 90 टक्के राहते पण टाइप 1 मधुमेह मध्ये ही शक्यता फक्त 50 टक्के राहू शकते.

अनुवांशिक चिंहकः टाइप 1 मधुमेह हा HLA-B8 आणि B-15 सोबत संलग्न असते, आणि HLA-DR3, DR4 ची संलग्नता जास्त जवळ ची होऊ शकते. ज्यांचात HLA-DR3, DR4 दोन्ही आहेत त्यांचात टाइप 1 मधुमेह चा खतरा पण जास्त असते. टाइप 2 मधुमेह हा HLA सोबत संलग्न राहत नाही.

रोग प्रतिरोधक क्षमता आणि मधुमेह: शोधांवरून हे कळते की आपल्या शरीर मध्ये कोशिका आणि ऐनटीबॉडी यांचातून उत्पन्न होणारी रोग प्रतिरोधक क्षमता स्वाद ग्रंथी मध्ये असलेले कोशिकांवर वार करतात आणि त्यांना मारून देतात. हे प्रक्रिया झाल्यावर इंसुलिन चे निर्माण आणि स्त्राव ची कमी किंवा पूर्ण पाने थांबतो आणि मधुमेह हा रोग दिसतो.

लठ्ठपणा आणि मधुमेह : लठ्ठपणा असलेले लोकांमध्ये टाइप 2 मधुमेह चा खतरा इतर पेक्षां जास्त असते. बाडी मास इंडेक्स वाळणे, प्रोडांमध्ये वजन वाळणे, कमरची परिधि वाळणे हे सर्व लोकांमध्ये मधुमेह साठी कारक आहे. बहुतेक लोकांमध्ये लठ्ठपणा झाल्यावर इंसुलिन चे अभिग्राहक च्या संख्येत कमी येते आणि वजन कमी केल्यावर इंसलीन साठी संवेदनशीलता वाळते. काही लठ्ठ लोकांमध्ये मधुमेह होत नाही म्हणून लठ्ठपणा आहे तर मधुमेह होणारच हे खरं नाही. लठ्ठपणा चा काही ही भूमिका टाइप 1 मधुमेह मध्ये दिसत नाही.

गर्भ धारण करणार्‍या स्त्रियांचा मधुमेह :

बहुतेक वेळा जन्माच्या वेळेस बाळ मोठ्या आणि जड असतात, बालपणात लठ्ठपणा वाढण्याची प्रवृत्ती असते आणि लहान वयातच त्यांना टाइप 2 मधुमेह होण्याचा धोका असतो. मधुमेह झाल्यावर

मातांमध्ये जन्मलेल्यांमध्ये मधुमेह होण्याचा धोका पूर्वीच्या जन्मापेक्षा तीनपट जास्त असतो.

पर्यावरणीय जोखीम घटक : अनुवांशीक संवेदनशील व्यक्तींवर कार्य करणाऱ्या अनेक पर्यावरणीय घटकांमुळे मधुमेहाची संवेदनशीलता वाळते. त्यामध्ये हे समाविष्ट आहे: आसीन जीवनशैली: आळशी जीवनशैली टाइप २ मधुमेहाच्या विकासासाठी धोकादायक घटक असल्याचे दिसून येते. व्यायामाचा अभाव यामुळे इन्सुलिन आणि त्याचे ग्रहण करणारे यांच्यातील परस्पर संबंध बदलू शकतात आणि त्यानंतर टाईप २ मधुमेह होतो.

मधुमेह साठी स्क्रीनिंग : 2-3 दशकांपूर्वी आधी लघवी मध्ये ग्लुकोस आल्यावर तोंडी ग्लूकोज सहिष्णुता चाचणी करायची पद्धत होती. ही चाचणी साठी मूळ कल्पना अशी आहे की रोगनिदानविषयक मधुमेहामध्ये ग्लुकोस चे प्रमाण रक्तात वाळणे लवकर ओळखणे आणि प्रभावी नियंत्रणामुळे विकृती कमी होते. मूत्र तपासणी: ग्लुकोजच्या मूत्र चाचणी जेवणाच्या २ तासानंतर सामान्यत: मधुमेह शोधण्यासाठी वैद्यकीय सराव मध्ये वापरली जाते. मानक तोंडी ग्लूकोज टॉलरेंस टेस्टद्वारे अन्यथा सिद्ध केल्याशिवाय लघवीत ग्लुकोस असलेल्या सर्वांना मधुमेह मानले जाते. मधुमेहाच्या अत्यंत गंभीर प्रकरणांमध्ये ग्लूकोज मूत्रमध्ये सापडला असला तरी बहुतेक अभ्यासांमधे याची पुष्टी केली गेली आहे की बहुतेकदा या रोगाच्या सौम्य स्वरुपात तो अनुपस्थित असतो आणि अशा प्रकरणांमध्ये लघवीची चाचणी चुकली जाऊ शकते.

रक्तातील साखरेची तपासणी मूत्र तपासणीच्या अपूर्णतेमुळे, "प्रमाणित तोंडी ग्लूकोज टेस्ट" मधुमेहाच्या निदानाचा मुख्य आधार आहे. मास स्क्रीनिंग प्रोग्राम्समध्ये उपवास, आणि जेवण च्या 2 तासानंतर रक्ताच्या नमुन्याचे ग्लूकोज मापन वापरले गेले आहे.

मधुमेह झाल्यावर सावध गिरी घ्यावी लागते त्यांचात दिलेल्या बिन्दु लक्षात ठेवणे आणि त्यांचा आपल्या जीवनात उपयोग करणे आवश्यक आहे.

1. नियमित व्यायाम करणे

2. पाण्याची जास्त मात्र घेणे

3. प्रथिन जेवणात जास्त घेणे

4. क्रियाशील राहणे

5. नियमित रक्तात ग्लुकोस चे प्रमाण मापणे

6. औषधे घेणे

मधुमेह हा विकसित होण्या करिता खूप वर्ष लागतात आणि संपूर्ण पणे आरोग्यसाठी पण वेळ द्यावे लागणार आहे.

4

रक्तदाब
(हायपरटेन्शन)

आमच्या शरीर मध्ये रक्त हे नेहमी धावत राहत असते. रक्त ऑक्सिजन पेशयांकडे घेऊन जाते आणि कार्बन डाय ऑक्साइड पेशयांकडून घेऊन परत फेफडे मध्ये येते.याच्या ऐवजी रक्त पोषण तत्व पण पेशयांकडे पोचवतात. रक्त वाहत असताना धमणीच्या भिंती वर दाब निर्माण करत असते आणि तो दाब 120/80 पर्यन्त होऊ शकते. आता प्रश्न आहे की हे 120/80 काय आहे?

सर्वात वरचा क्रमांक आपल्या हृदयाच्या स्नायूंच्या आकुंचन दरम्यान आपल्या रक्तवाहिन्यांमधील (artery) दाबांच्या प्रमाणात संदर्भित करतो. याला सिस्टोलिक प्रेशर म्हणतात. जेव्हा हृदयाच्या स्नायू बीट्सच्या दरम्यान असतात तेव्हा खालील नंबर आपल्या रक्तदाबचा संदर्भ देते. याला डायस्टोलिक दबाव म्हणतात. उच्च रक्तदाब म्हणजे माणसाच्या शरीरातील साधारण रक्तदाबापेक्षा जास्त दाब होय. उच्च रक्तदाब असलेल्या माणसाच्या धमन्यांमध्ये तणाव निर्माण होतो. सामान्यतः रक्तदाब १२०/८० असतो. त्याहून जास्त आणि १३९/८९ पर्यंतचा रक्त दाब "पूर्व उच्च रक्तदाब" म्हणून ओळखला जातो आणि १४०/९० पेक्षा अधिक रक्तदाब "उच्च रक्तदाब" म्हणून ओळखला जातो.

शरीरात स्निग्ध पदार्थ वाढले की ते हातापायांच्या लहानलहान रक्तवाहिन्यांच्या भिंतींलगत जमा होतात. त्यामुळे रक्तप्रवाहाला अडथळा निर्माण होतो आणि रक्तदाब वाढतो. यास रक्तदाब विकार म्हणतात. हा विकार होण्यास खालील गोष्टी कारणीभूत ठरतात.

कारणे :

अति मानसिक ताण, आनुवंशिक कारणे, आहारात जंक फूड/फास्ट फूड चा समावेश, आहारात मिठाचे प्रमाण अधिक असणे, खाण्यापिण्याच्या आणि झोपण्याच्या वेळा न पाळण्याची जीवनशैली, चिंता, राग, भीती इत्यादि मानसिक विकार, वजन जास्त असणे, व्यायामाचा अभाव, स्थूलता.

हायपरटेन्शन मुळे हृदयरोग, स्ट्रोक आणि इतर रक्तवाहिन्यासंबंधी विकृति निर्माण होऊ शकते. हे सामान्य हृदय व रक्तवाहिन्यासंबंधी रोग आहे आणि एक प्रमुख सार्वजनिक आरोग्याचा विषय पण आहे.

वाढलेला रक्तदाब हा मेंदूमधील वाहिन्या फुटण्याचे कारण असू शकतो. मेंदूमधील वाहिनी फुटल्यास मेंदूत रक्तस्राव होतो. हे रक्त काही काळाने गोठते. रक्ताची ही गुठळी मेंदूवर दाब निर्माण करते. मेंदूचा जो भाग दाबला जातो तो भाग शरीरातील ज्या भागाचे नियंत्रण करीत असतो तो शरीराचा अवयव लुळा पडतो आणि यालाच अर्धांगवायू (लकवा) असे म्हणतात. थोडक्यात वाढलेला रक्तदाब लकवा निर्माण करू शकतो. लकवा होण्यामागचे कारण बहुदा अनियंत्रित रक्तदाब हेच असते.

उच्च रक्तदाब हा विकार हळूहळू वाढत जाणारा आहे. या विकारात चालल्यावर दम लागणे, छातीत धडधड, एकदम उभे राहिल्यास किंवा एकदम खाली बसल्यास चक्कर आल्यासारखे वाटणे, पायावर आणि चेहऱ्यावर सूज येणे अशी ही लक्षणे दिसून येतात.

पडताळणी

रक्तदाब वाढल्याचे दिसून आल्यास रुग्णाच्या तपासण्या करणे गरजेचे असते.

ईसीजी (इलेक्ट्रोकार्डिओग्रॅम) द्वारे हृदयाच्या कप्प्यांवर किती ताण पडला आहे याचा शोध घेतात.

हृदयाची सोनोग्राफी एकोकार्डिओग्रॅमद्वारे केल्यास, उच्च रक्तदाबाचा त्रास जुना आहे की नुकताच सुरू झाला आहे हे शोधतात.

रक्ताची तपासणी करून रक्तातील साखर, लिपिड प्रोफाईलच्या पातळ्या आणि युरिक ऑसिडची पातळी तपासली जाते.

उपाय

नियमित पोहणे, योगासने, प्राणायाम, व्यायाम याचा रक्तदाब नियंत्रणात आणण्यासाठी उपयोग होतो. मिठाचे आहारातील प्रमाण कमी करण्यानेही दाब नियंत्रणात राहतो.

5

थायरॉईड असंतुलन

तुम्ही कधी असा एखादा माणूस पाहिला आहे ज्याचा घसा सुजला आहे आणि असे वाटते की काहीतरी घश्यात अडकले आहे? किंवा काही अडकलेला घसा जो आपण पाहतो, त्याचा आकार वेळेसह वाढतो. घशातील ही जळजळ प्रत्यक्षात एक आजार आहे. हा रोग आपल्याला गोइटर नावाने माहित आहे. आयोडीनची कमतरता पाण्यात आढळून येणा-या ठिकाणी हा रोग बहुधा दिसून येतो.

आयोडीन च्या कमतरतेचे रोग समझण्यासाठी आधी थायरोइड कसे सामानी प्रकारे कार्य करते हे समझणे आती आवयशक आहे.

दोन मुख्य प्रणाली एकत्रितपणे आपल्या शरीराचे कार्य करतात. मज्जासंस्था आणि संप्रेरक प्रणाली. या दोन्ही प्रणाली एकत्रितपणे आपल्या शरीरात स्थापना स्थापित करतात. मज्जासंस्थेचे कार्य तंत्रिका पेर्शींद्वारे ऊतकांवर नियंत्रण ठेवणे आहे. मज्जासंस्था वेगाने प्रतिक्रिया देते आणि अल्पकालीन असते. त्याच वेळी, हार्मोनल सिस्टम हार्मोनच्या सुटकेद्वारे आपली क्रिया करतो. हार्मोन्सच्या रिलीझ आणि प्रतिसादानुसार आपण पेशी वेगवेगळ्या श्रेणींमध्ये विभागू शकतो. जर संप्रेरक पेशीमधून बाहेर पडला आणि त्याच पेशीस प्रतिसाद दिला तर त्याला ऑटोक्राइन म्हणतात. जर संप्रेरक एका पेशीपासून दुस cell्या पेशीपर्यंत सुटला आणि त्यास प्रतिक्रिया दिली तर त्याला अंतःस्रावी किंवा अंतःस्रावी म्हणतात. जर एका पेशीमधील हार्मोन्स दुसर्या

पेशीवर प्रतिक्रिया देत असतील तर त्याला पॅराक्रिन म्हणतात. हार्मोन्सची क्रिया नकारात्मक फीडबॅक सिस्टमवर आधारित आहे. वेगवेगळ्या हार्मोन्सचे भिन्न प्रभाव असतात.

थायरॉईड ग्रंथी आपल्या शरीरातील चयापचय कार्य करते. जेव्हा आपल्या शरीराचे कार्य कमी होते, तेव्हा हायपोथालेमस त्याला ओळखते आणि थायरॉईड रिलीझिंग हार्मोन (टीआरएच) संप्रेरक सोडण्यास प्रारंभ करते, थायरॉईड रिलीझिंग हार्मोन (टीआरएच) पिट्यूटरी नावाच्या ग्रंथीवर त्याचे कार्य दर्शविण्यास जाते आणि परिणामी पिट्यूटरी ग्रंथी थायरॉईड उत्तेजक संप्रेरक (टीएसएच) तयार आणि गुप्त ठेवते. थायरॉईड स्टिम्युलेटिंग हार्मोन (टीएसएच) आपल्या शरीरात 3 मुख्य कार्य प्रदर्शित करतो आणि ते असेः

1 थायरॉईड ग्रंथीच्या आत टायरोसिन आणि आयोडीन मिसळून टी 3 आणि टी 4 हार्मोन्स बनविणे.

2 आतड्यांमधून रक्तामध्ये आयोडीनचे शोषण वाढवा.

3 प्रथिने तोडणारे सक्रिय सजीवांच्या शरीरात निर्माण होणारे द्रव्य.

जेव्हा टी 3 आणि टी 4 हार्मोन्स थायरॉईड ग्रंथीच्या आत असतात तेव्हा ते थायरोग्लोबुलिन नावाच्या प्रोथिनशी संबंधित असतात आणि थायरोग्लोबुलिन मुक्त अवस्थेत प्रथिने-ब्रेकिंग एंझाइम रक्तामध्ये मोडतो. रक्तातील टी 3 आणि टी 4 हार्मोन्स अल्ब्युमिन नावाच्या प्राइमेटला जोडतात आणि रक्तामध्ये वाहतात आणि ऊतक आणि पेशींवर विशिष्ट रीसेप्टरला चिकटतात ज्यामुळे ऊती आणि पेशींचे चयापचय वाढते. शरीराचे कार्य वेगवान होते. जेव्हा या क्रियेस गती दिली जाते तेव्हा हायपोथालेमस हे ओळखते आणि थायरॉईड रीलिझिंग हार्मोन (टीआरएच) चे स्राव कमी करते, हा हार्मोन ज्यामुळे थायरॉईड उत्तेजक संप्रेरक (टीएसएच) तयार होतो आणि सोडला जातो.

जेव्हा जेव्हा आपल्या अन्न आणि पाण्यात आयोडीन घटकाची कमतरता उद्भवते तेव्हा थायरॉईड ग्रंथी अधिकाधिक आयोडीन शोषण्यासाठी त्याचे आकार वाढवते आणि आम्ही त्या गीताच्या स्वरूपात पाहतो. आयोडीन घटकाची कमतरता टाळण्यासाठी आपण आयोडीनयुक्त मीठ घ्यावे. नियमितपणे व्यायामाद्वारे आपण

थायरॉईड ग्रंथीशी संबंधित आजारांना रोखू शकतो.

6

आरोग्य आणि आयुर्वेद

आयुर्वेद शब्द म्हणजे आयुर् आणि वेद या दोन शब्दांपासून बनवलेले शब्द, जिथे आयुर म्हणजे SARIRA (शरीर), इंद्रियस (संवेदी आणि मोटर अवयव), सत्वम (मन) आणि आत्मा (आत्मा) तर वेद म्हणजे बुद्धी आणि ज्ञान. 'वेद' या शब्दाचा अर्थ पवित्रता आणि पुरातनता आहे. आयुर्वेद आधुनिक वैद्यक पद्धती म्हणजेच ॲलोपॅथीपासून कसा वेगळा आहे हा एक प्रश्न आहे. ॲलोपॅथी हे विज्ञान आणि उपचाराची कला आहे तर आयुर्वेद दा हे समग्र जीवन जगण्याचे विज्ञान आणि नैसर्गिक उपचारांची कला आहे. मी गेल्या 30 वर्षांपासून आयुर्वेद आणि निसर्गोपचाराचा अनुयायी होतो. आयुर्वेदातील आवडीमुळे मला योग आणि आयुर्वेदाच्या माध्यमातून आरोग्याच्या संवर्धनाच्या एका लहान कोर्समध्ये सहभागी होण्यासाठी प्रोत्साहित केले. घरगुती मसाल्यांमध्ये उपलब्ध अन्नपदार्थ औषधी हेतूसाठीही वापरता येऊ शकतात. आयुर्वेदातील मसाला, मिरपूड गरम आणि तिखट म्हणून ओळखली जाते. त्याची क्रिया जलद आणि अचूक आहे. एक लक्षात ठेवा, सुमारे 500 वर्षांपूर्वी मिरचीच्या आगमनापर्यंत काळी मिरी हा मुख्य तिखट मसाला होता. मसाल्यांचे पारंपारिक ज्ञान घरे आणि घरातील स्वयंपाकघरात भरभराट होते. त्याच्या पिढ्यानपिढ्या गेल्या. गूळ

आणि मिरपूड यांचे मिश्रण. जैव-रसायन प्रयोगशाळांमध्ये मिरपूडच्या आश्चर्यकारक रासायनिक मेकअपचे विश्लेषण केले जात आहे. मिरचीचा तीक्ष्ण रेणू, त्याचे मुख्य संयुग म्हणजे पाइपरिन. हे रेणू सर्व मिरपूडचे 5 ते 10 टक्के बनवते. पाइपरिन मिरचीचे आरोग्य गुणधर्म, सुगंध आणि चव देते. ते कॉर्न बनवणे जे आम्हाला कॉल करते. पाइपरिन हा एक हलका आणि अत्यंत अस्थिर रेणू आहे. तो हवेत उगवतो आणि आपल्या नाकाला गुदगुल्या करतो. पण पाइपरिन आपल्यासाठी चांगले का आहे? उत्तर त्याच्या आश्चर्यकारक गुणधर्म आणि कृतींमध्ये आहे. सर्व मसाल्यांप्रमाणे ते हानिकारक जंतूंना प्रभावीपणे मारते. एक शक्तिशाली अँटिऑक्सीडेंट, ते मुक्त रॅडिकल्स नष्ट करते. जळजळ कमी करते आणि रोगाचे मार्ग साफ करते. पाचक रस वाढवून पचनास प्रोत्साहन देते.

लसूण हे औषधी वापरल्या जाणाऱ्या पदार्थांपैकी एक आहे. जेव्हा लसूण आपल्या प्रणालीमध्ये प्रवेश करतो तेव्हा चार अत्यंत अस्थिर सल्फर संयुगे आता आपल्या शरीरात असतात. या चारपैकी तीन सहज तुटतात पण अॅलील मिथाइल सल्फाइड होत नाही. ते रक्तप्रवाहात आणि अवयवांमध्ये जाते. शरीर घामाने हे दुर्गंधीयुक्त संयुग बाहेर फेकते. आमच्या श्वासाला वास येतो. त्यामुळे लघवीही होते. प्रभाव एका दिवसापर्यंत टिकू शकतो. मायक्रोबायोलॉजीचे जनक लुई पाश्चर. त्याच्या प्रयोगांनी आणि कामामुळे लोकांचा रोगाकडे पाहण्याचा दृष्टिकोन बदलला. त्याने उत्स्फूर्त पिढीला खोटे ठरवले आणि सूक्ष्मजीवांसोबत काम केले. लसूण हानिकारक जीवाणू नष्ट करू शकतो हे दाखवून पाश्चरने काही मूळ काम केले. पहिल्या महायुद्धादरम्यान, रशियन सैन्याने युद्धातील जखमांवर उपचार करण्यासाठी लसणाचा वापर केला. लसूण त्यांच्या आवडीचे प्रतिजैविक होते. दुसऱ्या महायुद्धात पेनिसिलीनचा शोध लागला होता पण पुरवठा कमी होता. लसूण पुन्हा एकदा वापरण्यासाठी ठेवले. त्याला "रशियन पेनिसिलिन" असे नाव मिळाले.

वेलची मोठी आणि लहान दोन्ही वनस्पतींच्या Zingiberaceae कुटुंबातील आहेत. अदरक कुटुंब जमिनीखालील rhizomes पासून

वाढते. आले आणि हळद हे त्याचे प्रख्यात चुलत भाऊ आहेत. लहान वेलचीला एलेटारिया कार्डॅमोमम असे वनस्पति नाव आहे. एलाटारिया हे नाव त्याच्या संस्कृत नावात एला आहे. हिंदी, गुजराती आणि उर्दूमध्ये इलायची. मल्याळममध्ये एल्लाथारी, तमिळ आणि तेलुगूमध्ये एल्लैकाई. आणि कन्नड भाषेत येल्लाकी

कोणत्याही नावाने त्याची ओळख असते ती त्याची सुगंधी बीजे. वेलचीचा उगम दक्षिण भारतात झाला. कुठेतरी हिरवेगार पश्चिम घाट. भारतातील त्याची लागवड केरळ, कर्नाटक आणि तामिळनाडू या तीन दक्षिणेकडील राज्यांमध्ये मर्यादित आहे.

मसाल्यांच्या राणीने फार पूर्वीपासून मानवांना भुरळ घातली होती. भारतात त्याचा वापर, त्याची मूळ भूमी हजारो वर्षांपूर्वीची आहे ज्याला मसाला आणि औषध म्हणून ओळखले जाते, वेलचीला आयुर्वेदात उबदार मसाला म्हणून ओळखले जाते.

चरक संहिता आणि सुश्रुत संहिता या प्राचीन भारतीय आयुर्वेदिक ग्रंथांनी वेदोत्तर कालखंडात वेलचीला अन्न आणि औषध म्हणून सांगितले आहे.

वेलची चांगुलपणा, त्याच्या जन्मभूमीपर्यंत मर्यादित राहिला नाही. राष्ट्रे आणि खंडांच्या सीमा ओलांडून मसाल्याच्या मार्गाने त्याने मानवांसह जगाचा प्रवास केला. त्याचा इतिहास मानवजातीइतकाच जुना आहे. तो बहादुर महासागर...लांब रस्त्याच्या प्रवासात नेण्यात आला. त्याचे मूल्य जोखीम घेण्यासारखे आहे. त्याचा सुगंध अप्रतिम होता. हे स्वर्गातील धान्य म्हणून ओळखले जाऊ लागले.

आले, नम्र मसाला. आपल्यापैकी बहुतेकांनी गृहीत धरले आहे. प्राचीन इतिहास, चित्तवेधक कथा आणि वैद्यकशास्त्राच्या पूर्वजांपासून सम्राट आणि राण्यांपर्यंतची व्यक्तिमत्त्वे असलेला मसाला. मूळचे भारतातील आल्याने स्वतःसाठी 'महाऔषधी' हे महान औषध असे नाव कमावले आहे. अद्रक म्हणून ताजे घेतले किंवा त्याच्या वाळलेल्या चूर्ण स्वरूपात वापरले, सोनथ, आले एक अविश्वसनीय मसाला आहे. आयुर्वेदात आले हे संपूर्ण औषधी छाती आहे. प्रत्येक जेवणाचा एक भाग म्हणून शिफारस केली जाते. चिनी तत्वज्ञानी आणि शिक्षक

कन्फ्यूशियस प्रत्येक जेवणापूर्वी थोडेसे आले खात. ते म्हणाले, 'आले काढून घेऊ नका' हे आरोग्य आणि पचनास मदत करते. आल्याने स्वतःसाठी सत्याचे पीक ही पदवी मिळवली आहे. एक कठोर वनस्पती भारतात मोठ्या प्रमाणावर लागवड केली जाते. समुद्रसपाटीपासून 1500 मीटर उंचीपर्यंत. मुसळधार पावसात आणि सिंचनासोबतही त्याची भरभराट होते. वनस्पती ताठ, उंच आणि गडद हिरव्या पानांची कोंब तयार करते. त्याची फुले गुलाबी आणि आकर्षक असतात. हे भारतातील प्रमुख नगदी पीक आहे. तिखट मसालेदार आले भूगर्भात आहे. आले संरक्षणात्मक यंत्रणा, तिची तिखटपणा आपला प्रभावी मसाला बनला आहे. जमिनीखाली 7 ते 9 महिन्यांच्या वाढीनंतर खोदून काढले. कुटुंबे, कितीही वेगळी असली तरी, साम्य सामायिक करतात. या तीन चुलत भावांच्या पानांवरून वंश प्रगट होतो. आले, हळद आणि वेलची. मोठ्या झिंगिबेरेसी कुटुंबातील तीन मसाले. भारतीय मसाल्याच्या बॉक्समध्ये आल्याला विशेष स्थान आहे. तंदुरुस्तीसाठी औषधाची छाती म्हणून बहुधा दुप्पट होणारी पेटी. मध किंवा चुना किंवा साधे मीठ सोबत घेतल्याने हे सामायिक शहाणपण आहे. मानवाने मसाले कसे शोधले? निरनिराळ्या लोकांचे समूह, निरनिराळ्या देशांत राहून सारख्याच निष्कर्षापर्यंत कसे पोहोचले. मानवाची अद्भुत उत्क्रांती. एक अंतर्दृष्टी प्राप्त करण्यासाठी आम्ही कोठेही जमीन समृद्ध नाही. वेळेत निलंबित लोकांची जमीन. उंच सातपुडा पर्वतरांगांनी वेढलेल्या मध्य भारताच्या मध्यभागी. खोल दरी आहे. पातालकोट, पौराणिक पाताल-लोक, नरकाकडे नेणारे मानले जाते. पातालकोट काही दशकांपूर्वीपर्यंत मुख्य प्रवाहापासून दूर होते. पातालकोट, गोंड आणि भारियांचे घर, निसर्गाच्या सानिध्यात राहणाऱ्या जमाती. आरोग्य आणि निरोगीपणासाठी निसर्गावर अवलंबून राहा, वनस्पतींचे जवळचे ज्ञान. सामान्य आले, विलक्षण जटिलता. 2000 जैव-सक्रिय संयुगे त्याच्या अद्वितीय सुगंध, चव आणि औषधी गुणधर्मांसाठी जबाबदार आहेत. ताज्या अदरक राईझोममधील मुख्य बायोएक्टिव्ह रेणू जिंजरॉल आहे. जिंजरॉल, मिरचीमधील कॅप्सायसिन आणि मिरपूडमधील पायपेरिनसारखे

रासायनिकदृष्ट्या बरेच साम्य आहे. तीन भिन्न रेणू जे तीन तिखट मसाल्यांना त्यांचे अद्वितीय गुणधर्म देतात. पण आले विशेष आहे, त्याची रसायनशास्त्र आकर्षक आहे. एक rhizome अनेक चवीनुसार. अनन्य रासायनिक प्रतिक्रियांमुळे त्याची चव बदलते. आपल्या घरच्या स्वयंपाकघरात घडणाऱ्या प्रतिक्रिया. ताजे आले शिजवल्यावर जिंजेरॉल झिंगेरॉनमध्ये बदलते. त्याची चव गोड असते. एक गोड-मसालेदारपणा बहुतेकांना ज्ञात आहे. ताज्या आल्यामध्ये जिंजरॉल आढळत नाही. पण आल्याचा वापर त्याच्या वाळलेल्या स्वरूपातही केला जातो. सोनथ म्हणून. निर्जलीकरणामुळे आल्याचे दुप्पट तिखट रेणू शोगाओलमध्ये रूपांतर होते. रसायनशास्त्र कदाचित अज्ञात असेल, परंतु बहुतेकांना ज्ञात असलेल्या तीन स्वरूपांच्या गुणधर्मांमधील फरक. अदरक हानीकारक जीवाणू, बुरशी आणि बुरशी मारून जेवण अधिक सुरक्षित करते हे मानवांना कदाचित लवकर कळले असेल. रोगकारक सूक्ष्मजंतूंपासून सुरक्षित आणि पचण्यासही सोपे. आल्याची क्रिया अन्नावर तसेच पचनसंस्थेवर किती गतिमान आहे हे पाहून अन्न शास्त्रज्ञ उत्सुक आहेत. हे प्रथिने कोमल आणि पचण्यास सोपे बनवते. आणि एकदा खाल्ल्यानंतर, सर्वात फायदेशीर परिणाम म्हणजे आतड्यांतील संक्रमण वेळेवर होणारा परिणाम. आपल्या प्रणालीतून बाहेर पडण्यासाठी अन्नाने लागणारा वेळ. हे अक्षरशः पचनसंस्थेला किकस्टार्ट करते.

क्रिया तोंडापासून सुरू होते. आले लाळ ग्रंथी सक्रिय करते. अधिक लाळ, चांगले पचन. अनेक पातळ्यांवर पचनसंस्थेशी त्याचा संवाद. हे प्रथिनांच्या पचनास मदत करणाऱ्या आतड्यांसंबंधी लिपेसची क्रिया वाढवते. बेंझोपायरीन देखील पेशी उत्परिवर्तन प्रेरित करते. अदरक खाल्लेल्या उंदरांनी त्यांच्या डीएनएला कॅन्सर निर्माण करणाऱ्या घटकाच्या संपर्कात आल्याने कमी नुकसान झाले. काही कालावधीत आले दिलेले उंदीर निरोगी राहिले, जीन उत्परिवर्तन आणि कर्करोगापासून सुरक्षित राहिले. आले अपार वचन दाखवत आहे. नॅशनल इन्स्टिट्यूट ऑफ न्यूट्रिशनने दररोज 3 ते 5 ग्रॅम फायद्यासाठी अदरक सेवन करण्याची शिफारस केली आहे. देवाच्या स्वतःच्या देशाला

भेट दिल्याशिवाय आमचा अदरक मार्ग अपूर्ण असेल. ग्रामीण भागात हिरवेगार. मान्सूनच्या वळणावर, केरळमध्ये आर्द्रता शिखरावर आहे. केरळ हे देशातील सर्वात जास्त आल्याचे उत्पादक आहे. केवळ प्रमाणात लागवडीसाठी नाही तर गुणवत्ता आणि तिखटपणासाठी ओळखले जाते. आम्ही भारतीय मसाला संशोधन संस्थेच्या फील्ड स्टेशनकडे गाडी चालवत आहोत. अदरक जर्मप्लाझमचे जगातील सर्वात मोठे भांडार येथे आहे. प्रत्येक सिमेंटच्या खड्ड्यामध्ये आल्याची वेगळी विविधता असते. जगभरातून जवळपास 700 प्रवेश. प्रत्येक विविधता मौल्यवान. प्रत्येक हंगामात लागवड केली जाते, कापणी केली जाते, विश्लेषण केले जाते आणि पुन्हा साठवले जाते. ही एक जिवंत जनुक बँक आहे. प्रत्येक राइझोम त्याच्या स्वतःच्या जनुकांच्या संचासह. भिन्न रासायनिक स्वाक्षरी. रेणूंचा एक वेगळा संच. आले सारख्या वनस्पती जिवंत फार्मसी आहेत. रेणू तयार करणे ज्यातून भविष्यातील औषधे तयार होऊ शकतात. ते आपला वारसा आहेत. भूतकाळाशी एक दुवा, भविष्यासाठी वचन. म्हणून प्रत्येक वेळी जेव्हा तुम्ही आल्याबरोबर जेवण करता तेव्हा आमच्या भूमीच्या जंगलात निर्माण झालेल्या महान औषधाची कबुली द्या.

लवंग : एक जुनी म्हण आहे. "लवंगीचे झाड पर्वत पाहिल्याशिवाय आणि समुद्राचा वास घेतल्याशिवाय वाढणार नाही." 1600 किलोमीटरचा हिरवागार भाग. जीवनाची एक आश्चर्यकारक विविधता. लवंगाचे वनस्पति नाव सिजिजयम अरोमेटिकम. समजणे कठीण नाही. Syzgium म्हणजे, एकत्र जोडलेले. फुलांच्या बंद पाकळ्यांनी बनवलेले डोक्यासारखे खिळे. अरोमेटिकम हे नाव सुगंधासाठी आहे. लवंगाचा उगम भारतात झाला नाही. परंतु त्यांचा अन्न आणि औषध म्हणून वापर शतकानुशतके आहे. चरक संहितेत त्याचा उल्लेख आहे. आयुर्वेदात लवंगाला सर्व मसाल्यांमध्ये सर्वात उत्तेजक आणि कार्मिनेटिव म्हटले जाते.

7

आयुर्वेद औषध आणि आहार नियंत्रण उपायांद्वारे व्यवस्थापन

लोहाचे कुपोषण, लोहाचे अकार्यक्षम शोषण, वारंवार गर्भधारणा आणि स्तनपानामुळे लोहाची वाढलेली गरज, जन्माच्या वेळी लोहाची कमतरता, मळमळ, आहाराची वेळ आणि प्रकार, मुलांमध्ये संक्रमणाची वारंवारता आणि पौगंडावस्थेमध्ये शरीराचे वजन कमी होणे आणि गर्भधारणा हे भारतातील ॲनिमियाच्या उच्च प्रसारासाठी योगदान देणारे काही घटक आहेत. याशिवाय, इतर अनेक यंत्रणा आणि संस्थात्मक समस्या आहेत.

चयापचय विकारांचे व्यवस्थापन करण्यासाठी आहार आणि आहारशास्त्राच्या आयुर्वेदिक संकल्पना आवश्यक आहेत. आयुर्वेदिक औषध आणि आहार नियंत्रण उपायांनीही ॲनिमियावर उपचार करता येतात. आयुर्वेद म्हणतात की अहार, निद्रा आणि ब्रह्मचर्य हे जीवनाचे त्रिपद मानले जाते. शरीरविज्ञान आणि आरोग्य स्थितीमध्ये अहाराची

महत्त्वपूर्ण भूमिका आहे. अन्न ही जीवनातील आवश्यक गोष्ट आहे. जर इंधन नसेल तर कोणतेही इंजिन काम करणार नाही.

भारतीय साहित्यातील पहिल्या लिखित नोंदी असलेल्या वेदांमध्ये अगणित आहारविषयक संदर्भ आहेत. ऋग्वेदात, पुरुषाला आत्म्याचा अधिपती म्हटले आहे आणि अण्णांनी त्याचे चित्रण केले आहे. तैतेरीयोपनिषदात अण्णांना 'ब्रह्म' मानले आहे; जीवन अण्णांनी सांभाळले आहे. भगवद येथे, गीता अन्न देखील ऊर्जा स्त्रोत म्हणून स्वीकारले जाते.

योगिक क्रियाकलापांमध्ये सतत यश मिळविण्यासाठी, योग्य पोषण, तसेच इतर क्रियाकलाप आणि जीवनशैली यावर स्पष्ट जोर दिला जातो. चरक संहितेत, पुरुषाच्या उत्पत्तीच्या संदर्भानुसार आणि 'अहार' असे रोग कारणीभूत आहेत. सुश्रुत संहितेत भगवान धन्वंतरीच्या आहारशास्त्राचे मानवी जीवनात अन्नाचे कार्य आणि महत्त्व याविषयीचे तपशीलवार वर्णन त्याचे ऐतिहासिक महत्त्व सिद्ध करण्यासाठी पुरेसे आहे. कश्यप संहितेत अहाराला "महाभाईसाज्य" म्हटले आहे.

अन्न श्रेणीः

आयुर्वेदिक आहाराचे खालीलप्रमाणे वर्गीकरण करता येईल.

घेऊन - प्राणी उत्पत्ती आणि वनस्पती पार्श्वभूमी, परिणामासह - निरोगी आणि अस्वास्थ्यकर.

विविधतेसह - पेय, खाण्यायोग्य, च्युइंगम आणि लेह्या, पंच महाभूतांनी बनवलेले - पाच प्रकार. आकाशेय, वय, अग्नि, अप्य आणि पार्थिव. भोज्या, भक्ष्य, चारव्य, लेह्या, चुस्य आणि पेया.

आयुर्वेद शिफारस करतो की रंग किंवा प्रतिकारशक्ती सुधारण्यासाठी तुमच्या सर्व सहा आवडत्या पदार्थांचा समावेश सर्व पदार्थांमध्ये करावा.

मधुरा रस (स्वादिष्ट चव), आवळा रस्सा (आंबट चव), लवण रस्सा (खारट चव), कटू रस (गरम चव), तिकटा रस (कडू चव), तुरट चव.

हे सहा रस त्रिदोषावर थेट परिणाम करतात आणि पोषण आणि ऊतींच्या पुनरुत्पादनात योगदान देतात.

खाण्याच्या मूलभूत संविधानाव्यतिरिक्त विविध आहाराचे नियम आणि इतर गोष्टी जसे की मात्रा (बहुवचन), कला (वेळ किंवा ऋतू),

क्रिया (तयार करण्याची पद्धत), भूमी (रहिवासाचे ठिकाण किंवा हवामान), देहा (मानवी संविधान), देश (शरीराचे विनोद आणि स्थान) इ. हे आरोग्यदायी अन्नाच्या स्वागतातही महत्त्वाची भूमिका बजावते. आहाराचा विचार करताना आयुर्वेद प्रकृतीची शिफारस करतो.

तीन प्राथमिक दोष: वात, पित्त आणि कफ, प्रकृतीचे सात प्रकार करतात. या जगात, प्रत्येक व्यक्ती अद्वितीय आहे, अद्वितीय अनुवांशिक मेकअप, अद्वितीय वातावरण, अद्वितीय रासायनिक रचना आणि अद्वितीय वृत्ती. या कारणास्तव, सर्व-नैसर्गिक आणि निरोगी पदार्थ एकाच पातळीवर सर्व लोकांसाठी प्रभावी असू शकत नाहीत. वेगवेगळ्या ऋतूंमध्ये समतोल राखण्यासाठी प्रत्येकाने आपल्या दोषासाठी योग्य पोषण आहारात घेतले पाहिजे.

रक्ताभिसरणातील हिमोग्लोबिन (Hb) च्या गुणवत्तेचा किंवा प्रमाणाचा अभाव, ज्यामुळे ऑक्सिजन (O2) कमी होतो ज्यामुळे अवयव आणि ऊर्तींमध्ये रक्ताचे प्रमाण कमी होते. ॲनिमिया हा एक आजार आहे जो अनेक समस्यांशी निगडीत आहे. अशक्तपणामुळे RBC ची ऑक्सिजन वाहून नेण्याची क्षमता कमी होते आणि म्हणूनच आज बरेच लोक त्यांच्या आहारात पुरेसे लोह मिळवू शकत नाहीत.

अनेक गोष्टींमुळे ॲनिमिया होऊ शकतो. हे शाकाहारी आहारामुळे असू शकते ज्यामध्ये योग्य आहाराचा अभाव आहे, ज्यामध्ये वनस्पती प्रथिने समाविष्ट आहेत किंवा व्यस्त जीवन जगणे जेणेकरुन जेवणाच्या वेळा जलद होतील आणि भरपूर जंक फूड असेल.

आयुर्वेद अशक्तपणाला पित्तच्या उपदोषाशी जोडलेले मानतो: पित्त लिहितात. पोटावर बसल्याने पचलेले अन्न पुरेशा प्रमाणात पचण्यास मदत होते. जेव्हा ही प्रक्रिया योग्यरित्या कार्य करत नाही, तेव्हा अन्नातील खनिजे, जसे की लोह रक्तप्रवाहातून जात नाही.

पाश्चिमात्य आणि आयुर्वेदिक प्रकारांमध्ये ॲनिमियाचे तीन वेगळे प्रकार करता येतात.

1. लोहाची कमतरता अशक्तपणा हा एक प्रकारचा डेटा आहे.

2. सिकलसेल ॲनिमिया आणि मूळव्याध आणि हिरड्यांमधून रक्तस्त्राव झाल्यामुळे होणारा अशक्तपणा हा पित्ताचा एक प्रकार आहे.

3. हायपो-प्रोटीनेमिक ॲनिमिया आणि जळजळ हे कफाचे एक प्रकार आहेत.

शेवटी, रुग्णामध्ये कोणत्या जीवनसत्त्वे किंवा खनिजांची कमतरता असू शकते हे महत्त्वाचे नाही. आपण आयुर्वेदाच्या दृष्टीकोनातून अशक्तपणाकडे पाहिल्यास, एखाद्या व्यक्तीमध्ये अशक्तपणा कसा प्रकट होतो हे पाहणे आवश्यक आहे.

वात-प्रकारचा अशक्तपणा खडबडीत, कोरडी त्वचा आणि भेगा पडलेल्या सांध्यांमुळे प्रकट होऊ शकतो. व्यक्ती फिकट गुलाबी किंवा पातळ असू शकते आणि तिला श्वासोच्छ्वास, बद्धकोष्ठता किंवा गडद आतड्याची हालचाल होऊ शकते.

पिट्टा प्रकारातील अशक्तपणा डोळे पिवळे होणे, चक्कर येणे, प्रकाश आणि जास्त लघवीची संवेदनशीलता, काळे किंवा पिवळे मल येणे यादवारे प्रकट होऊ शकतो.

कफ प्रकारातील अशक्तपणा बहुतेकदा जळजळ (एडेमा) आणि त्वचेची फीस द्वारे दर्शविले जाते थंड आणि चिकट आहे.

एखादी व्यक्ती ॲनिमियावर कशी उपचार करू शकते ते खाली दिले आहेत:

मसाज (अभ्यंग)

जाता जाता लिम्फॅटिक मसाजद्वारे शरीरातील विषारी पदार्थ बाहेर काढण्यासाठी.

योग्य अनुनासिक श्वास (सूर्य भेदान / प्राणायाम)

हा प्राणायाम यकृताला मदत करतो, रक्त तयार करतो आणि शरीर आणि मनाला ऑक्सिजन वाहून नेतो.

व्यायाम करा

रुग्णाला थकवा जाणवत असला तरी चालणे आणि योगासने यांसारखे साधे आणि नियमित व्यायाम शरीरातील प्राणप्रवाहाला चालना देतात.

अन्न

आहारातील पूरकांमध्ये बीटरूटचा रस आणि गाजर आणि पालक जिरे यांचा समावेश होतो; सर्व हिरव्या पालेभाज्या आणि क्रूसिफेरस (त्यांच्या क्लोरोफिलचे); वाळलेल्या, currants आणि berries; लिंबूवर्गीय फळे;

दिवस काजू; हलके शिजवलेले सफरचंद किंवा नाशपातीची छाटणी, ताजी अंजीर, द्राक्षे आणि डाळिंब; आणि कांदे, रसाळ फांद्या असलेली खाद्य भाजी आणि मेथीसारखे मसाले.

मेटल पॅनमध्ये शिजवा.

दुपारच्या आणि रात्रीच्या जेवणापूर्वी एक कप साधे दही आणि एक चमचा हळद खाणे लोहाच्या कमतरतेमुळे अशक्तपणासाठी फायदेशीर ठरू शकते. खोलीच्या तपमानावर नळाच्या पाण्याने एक कप तांबे भरून, ते रात्रभर उभे राहू द्यावे आणि सकाळी ते प्यायल्यास आवश्यक खनिजांचे सेवन वाढण्यास मदत होईल.

उपाय

त्रिफळामध्ये व्हिटॅमिन सीची उच्च सामग्री लोह शोषण्यास मदत करेल, तसेच डिटॉक्सिफिकेशन प्रक्रियेत मदत करेल. शतावरी तूप किंवा कडू तूप फायदेशीर ठरू शकते, अशक्तपणा अनुक्रमे पित्त किंवा डेटाचा प्रकार म्हणून प्रकट होतो की नाही यावर अवलंबून. हे व्यायाम करून शरीर आणि मनावर नियंत्रण मिळवण्याने वेळेत आराम मिळायला हवा. थकवा कमी होईल, भावना वाढतील आणि स्पष्ट मन आणि मजबूत शरीर मिळेल.

अनुराधा रॉय (2014) यांनी एका अभ्यासात उघड केले की धत्रीलाउहामध्ये अशक्तपणा (IDA) चे प्रमाण जास्त आहे, जे या अभ्यासातील बहुतेक पॅरामीटर्सद्वारे प्राप्त झालेल्या महत्त्वपूर्ण परिणामांद्वारे सिद्ध झाले आहे. (अनुराधा रॉय et al. 2014).

पुनरावलोकन अभ्यासात, असे निर्धारित करण्यात आले की लोह नॅनो पार्टिकल्स (लौहा भस्मा) असलेली एकूण 293 संयुगे निर्दिष्ट केली गेली आणि 85 फॉर्म्युलेशनमध्ये 55 रोगांमध्ये धातूचे घटक आढळले. लौहा भस्माचे सर्वोच्च रूप ज्वरा (ताप), पांडू (अशक्तपणा), अर्षा (मूळव्याध), सोथा (दाहक रोग) इत्यादींमध्ये आढळते. वाटी (गोळ्याच्या स्वरूपात) रचनेत लोहाचे प्रमाण जास्त असते. लोह आयनांची रचना सहसा अमलाकी (एम्बलिका ऑफिशीनालिस) शी संबंधित असते, शोषण सुधारण्यासाठी एस्कॉर्बिक ऍसिडचा समृद्ध स्रोत. (अशोक कुमार पांडा आणि इतर 2011)

निष्कर्ष:

आयुर्वेदमध्ये अॅनिमियासारख्या आजारांवर नियंत्रण ठेवण्याची अफाट क्षमता आहे. आयुर्वेदिक तत्त्वे रोगांवर नियंत्रण ठेवण्याऐवजी रोग बरे करण्यावर अवलंबून असतात. आयुर्वेद निसर्गोपचार आहार आणि योगासने अशक्तपणासह अनेक आजार बरे करेल. पर्यायी उपचारपद्धती म्हणून, ते आता रुग्णांना त्यांच्या जीवनशैलीत आरोग्यदायी जीवनासाठी आहाराच्या सवयी बदलण्यास आकर्षित करत आहेत.

8

कोविड-19 नंतरच्या रुग्णांच्या आरोग्य समस्या

पुनर्प्राप्तीसाठी हा कालावधी आहे आणि कोविड-19 मधून जगल्यानंतर सामान्य स्थितीत येण्यासाठी वेळ लागतो. तीव्र श्वसन संक्रमणांचे परिणाम समजून घेण्यासाठी संशोधन आणि अभ्यास करण्यासारखे बरेच काही आहे. COVID-19 नंतरच्या परिस्थिती ही नवीन, वारंवार किंवा सततच्या आरोग्य समस्यांची विस्तृत श्रेणी आहे जी लोकांना COVID-19 कारणीभूत असलेल्या विषाणूच्या पहिल्या संपर्कानंतर चार आठवड्यांहून अधिक काळ अनुभवू शकते. संसर्गाच्या वेळी लक्षणे नसलेल्या लोकांमध्येही कोविड नंतरची परिस्थिती असू शकते.

दीर्घकालीन COVID-19

दीर्घकालीन COVID मध्ये अनेक लक्षणे असतात जी COVID-19 विषाणूचा पहिला संसर्ग झाल्यानंतर बरेच दिवस असू शकतात. या लक्षणांमध्ये थकवा, विचार करण्यास अडचण, डोकेदुखी, चक्कर येणे यांचा समावेश होतो. उभे असताना, हृदयाचे ठोके जलद छातीत दुखणे, धाप लागणे, खोकला, सांधे किंवा स्नायू दुखणे, नैराश्य किंवा चिंता,

ताप.

COVID-19 नंतर बहु-अवयवांवर परिणाम होतो

कोविड-19 नंतर हृदय, फुफ्फुसे, मूत्रपिंड, त्वचा आणि मेंदूसह अनेक अवयवांवर परिणाम होऊ शकतो.

व्यायाम असहिष्णुता

मुख्य समस्या कोरोना संसर्ग आणि शरीराची हालचाल कमी झाल्यामुळे होते. हे फुफ्फुस, हृदय, रक्तवाहिन्या आणि स्नायूंमध्ये विषाणूच्या संपर्कात आल्याने किंवा नुकसान झाल्यामुळे असू शकते.

फुफ्फुस किंवा श्वसन समस्या

रुग्णांमध्ये दम्याची लक्षणे देखील असू शकतात. दुय्यम संक्रमण जसे की जिवाणू, बुरशीजन्य (म्यूकोर्मायकोसिस, एस्परगिलोसिस), क्षयरोग दिसू शकतात.

म्यूकोर्मायकोसिस

Mucormycosis एक बुरशीजन्य संसर्ग रोगप्रतिकारक-तडजोड होस्ट द्वारे वैशिष्ट्यीकृत. हे स्वतःला श्वसन किंवा त्वचा रोग म्हणून प्रदर्शित करते. हे मुख्यत्वे म्युकोरमायसीटीसच्या त्वचेच्या संसर्गामुळे हवेतील बुरशीजन्य संसर्गाच्या इनहेलेशनमुळे होते, ज्याला सायनस एक्सपोजर असेही म्हणतात.

इतर तत्सम समस्यांमध्ये मध्यवर्ती मज्जासंस्थेच्या समस्या, इतर अवयवांच्या समस्या जसे की गंभीर यकृत निकामी होणे, पोटाच्या समस्या जसे की तीव्र आतडी इस्केमिया आणि गँग्रीन यांचा समावेश होतो.

संशोधकांनी दाखवून दिले आहे की कोविड 19 नंतरचे वैद्यकीय व्यवस्थापन हे सर्व बरे होणाऱ्या रुग्णांसाठी कठीण काम आहे. भूतकाळातील आघात जिवंत रुग्णांना प्रभावित करतात.

दीपेंद्र कुमार राय यांच्या एका अद्ययावत लेखात असे म्हटले आहे की बरेच लोक कोविड-19 च्या संपर्कात आहेत आणि कोविड नंतर पल्मोनरी फायब्रोसिसचे मानवी स्तरावर गंभीर आरोग्य परिणाम होतील. (दीपेंद्र कुमार राय इ. २०२१).

पुनरावलोकन लेखात असताना, हे लक्षात घेतले होते की

श्वासोच्छवासाच्या साथीच्या आजाराशी संबंधित पार्किन्सोनिझमच्या लक्षणांबद्दल काही प्रकाशने आहेत. (अलियाकसंद्र व्ही. बोइका (२०२०)

काही अभ्यासातून असे दिसून आले आहे की कोविड-19 मधून बरे झालेल्या बहुतेक रुग्णांना थकवा, डोकेदुखी किंवा पल्मोनरी फायब्रोसिस, स्ट्रोक आणि मायोकार्डिटिस यासारखी गंभीर लक्षणे यांसारखी सौम्य लक्षणे दिसून आली. थकवा, चिंता, सांधेदुखी आणि डोकेदुखी ही सर्वात सामान्यपणे नोंदवलेली लक्षणे आहेत. कोविड-19 च्या संपर्कानंतरची तीव्रता संसर्गाच्या तीव्रतेशी आणि सह-विकृतीच्या उपस्थितीशी संबंधित होती. (मारवा कामा इ., 2020)

संशोधनामुळे लोकांना COVID-19 ची हालचाल, विशेषतः यकृताच्या कार्यावर होणारा परिणाम ओळखण्यात आणि रुग्णालयात दाखल करताना आणि डिस्चार्जनंतरच्या प्रशासनादरम्यान रुग्णाच्या उपचारांसाठी मार्गदर्शक तत्त्वे प्रदान करण्यात मदत झाली आहे (Ya-Wen An et al., 2021)

COVID-19 महामारी जगभरात पसरली आहे आणि सार्वजनिक आरोग्यासमोर अनेक प्रश्न आणि आव्हाने आहेत. SARS-CoV-2 संसर्ग अनेकदा असामान्य यकृत कार्य चाचण्यांच्या विविध स्तरांशी संबंधित असतात, विशेषतः ट्रान्समिनेसेस, जे सहसा क्षणिक असतात आणि त्यांची पातळी कमी असते. निर्जलीकरण झालेल्या रुग्णांमध्ये SARS-CoV-2 संसर्गाच्या प्रकरणांवर कमी माहिती उपलब्ध आहे; तथापि, असे दिसून येते की यकृताचा जुनाट आजार असलेल्यांना विषाणूचा संसर्ग होण्याचा जास्त धोका नाही. (Garrido et al. 2020) दीर्घकालीन COVID ची न्यूरोकॉग्निटिव्ह लक्षणे COVID-19 ची लक्षणे दिसू लागल्यानंतर ≥1 वर्षानंतर टिकू शकतात आणि जीवनाची गुणवत्ता लक्षणीयरीत्या कमी करू शकतात. अनेक न्यूरोकॉग्निटिव्ह लक्षणे एलिव्हेटेड अँटीन्यूक्लियर अँटीबॉडीज टायट्रेशी संबंधित होती. हे दीर्घकालीन कोविड एटिओलॉजी (जेसिका सीसल एट अल. 2021) मध्ये एक सह घटक म्हणून प्रतिकारशक्ती दर्शवू शकते.

निष्कर्ष

कोविड-19 मधून बरे झाल्यानंतर रुग्णांनी त्यांच्या आरोग्याची काळजी घेणे आवश्यक आहे. अतिरिक्त व्यायाम किंवा आहार पद्धतीतील विचलन टाळले जाऊ शकते. विश्रांती आणि सकस आहारामुळे रुग्णांचे आरोग्य चांगले राहण्यास मदत होईल. काइंडली फंक्शन टेस्ट, लिव्हर फंक्शन टेस्ट इत्यादीसारख्या अवयव कार्य चाचण्यांचे नियमित 2-3 महिन्यांच्या अंतराने काळजीपूर्वक निरीक्षण करणे आवश्यक आहे. डॉक्टरांशी योग्य सल्लामसलत, प्रथिनयुक्त आहारासह हलका व्यायाम कोविड-19 नंतर उद्भवलेल्या लक्षणांपूर्वी बरे होण्यास आणि मजबूत होण्यास मदत करेल.

9

क्रॉनिक ऑब्स्ट्रक्टिव्ह पल्मोनरी डिसीज- COPD

COPD हा एक सामान्य, टाळता येण्याजोगा आणि असाध्य फुफ्फुसाचा आजार आहे जो जगभरातील पुरुष आणि स्त्रियांना प्रभावित करतो. 2019 पर्यंत, जगभरातील 55.4 दशलक्ष मृत्यूंपैकी 55% मृत्यूची प्रमुख दहा कारणे होती. जगभरातील मृत्यूची प्रमुख कारणे, गमावलेल्या जीवांच्या संख्येनुसार, तीन मोठ्या श्रेणींशी निगडीत आहेत: हृदयरोग (हृदयविकार, पक्षाघात), श्वसन (दीर्घकालीन फुफ्फुसाचे आजार, खालच्या श्वासोच्छ्वासाचे संक्रमण) आणि नवजात मुलांची परिस्थिती - जन्मासह: श्वासोच्छ्वास आणि जन्मजात अपंगत्व, नवजात सेप्सिस आणि संक्रमण आणि अकाली जन्माच्या गुंतागुंत.

जगातील सर्वात मोठा किलर हा इस्केमिक हृदयरोग आहे, ज्यामुळे जगभरातील एकूण मृत्यूंपैकी 16% मृत्यू होतात. 2000 पासून, मृत्यूंमध्ये सर्वात लक्षणीय वाढ हा रोग आहे, जो अनेक पटीने वाढला आहे.

संसर्गजन्य श्वसन संक्रमण हे मृत्यूचे जगातील प्रमुख कारण राहिले, मृत्यूचे चौथे प्रमुख कारण आहे. तथापि, मृतांची संख्या नाटकीयरित्या कमी झाली आहे: 2019 मध्ये, 2.6 दशलक्ष मरण पावले, 2000 पेक्षा 460,000 कमी.

नवजात मुलांची परिस्थिती पाचव्या क्रमांकावर आहे. तथापि, मातृमृत्यू हे एक कारण आहे की गेल्या दोन दशकांत जागतिक मृत्यूदरात मोठी घट झाली आहे: या प्रकरणांमुळे 2019 मध्ये 20 लाख नवजात आणि अर्भकांचा मृत्यू झाला, 1.2 दशलक्षांपेक्षा कमी.

असंसर्गजन्य आजारांमुळे मृत्यूमुखी पडणाऱ्यांची संख्या वाढत आहे. घशाचा कर्करोग, श्वासनलिका आणि फुफ्फुसाच्या कर्करोगाने मृत्यूची संख्या 1.2 दशलक्ष वरून 1.8 दशलक्ष झाली आहे आणि आता मृत्यूच्या प्रमुख कारणांमध्ये 6 व्या क्रमांकावर आहे.

2019 पर्यंत, अल्झायमर रोग आणि स्मृतिभ्रंशाचे इतर प्रकार मृत्यूचे सातवे प्रमुख कारण म्हणून सूचीबद्ध आहेत. स्त्रिया वेगळ्या प्रकारे प्रभावित होतात. जागतिक स्तरावर, अल्झायमर आणि इतर प्रकारच्या स्मृतिभ्रंशामुळे होणाऱ्या मृत्यूंपैकी ६५% महिलांमध्ये आहेत.

2000 पासून 70 टक्क्यांच्या वाढीनंतर मधुमेहाने मृत्यूच्या पहिल्या दहा प्रकारांमध्ये आघात केला आहे. मधुमेहामुळे पहिल्या दहामध्ये पुरुषांच्या मृत्युदरातही नाट्यमय वाढ झाली आहे, 2000 पासून 80% वाढ झाली आहे.

2000 मध्ये मृत्यूच्या पहिल्या दहा कारणांपैकी काही रोग यापुढे सूचीबद्ध नाहीत. HIV/AIDS हा त्यापैकी एक आहे. एचआयव्ही/एड्स मृत्यू दर 2000 मधील आठव्या क्रमांकावरून 2019 मध्ये 19 पर्यंत गेल्या 20 वर्षांत 51 टक्क्यांनी घसरला आहे.

किडनीचा आजार जगात 13व्या क्रमांकावरून 10व्या क्रमांकावर पोहोचला आहे. मृतांची संख्या 2000 मध्ये 813,000 वरून 2019 मध्ये 1.3 दशलक्ष झाली आहे.

मृत्यूची कारणे तीन प्रकारांमध्ये विभागली जाऊ शकतात: संसर्गजन्य (संसर्गजन्य आणि परजीवी रोग आणि माता, पुनरुत्पादक आणि पौष्टिक परिस्थिती), असंसर्गजन्य आणि संसर्गजन्य (तीव्र) आणि

दुखापत.

फुफ्फुसांच्या लहान वायुमार्गांमधील विकृतींमुळे फुफ्फुसातील हवेचा प्रवाह कमी होतो. अनेक प्रक्रियांमुळे श्वसनमार्ग अरुंद होतो. फुफ्फुसाचे काही भाग, श्लेष्मल त्वचा, जळजळ आणि वायुमार्गाच्या जळजळांना काही नुकसान होते. COPD म्हणजे "एम्फिसीमा" किंवा "क्रोनिक ब्राँकायटिस" देखील. सीओपीडी आणि दमा हे विशिष्ट लक्षणांशी संबंधित आहेत (खोकला, खोकला आणि श्वास घेण्यात अडचण), आणि लोकांना दोन्ही असू शकतात.

सीओपीडी हा सामान्यतः मध्यमवर्गीयांमध्ये आढळतो. इतर सामान्य लक्षणांमध्ये पुरोगामी थकवा, व्यायामादरम्यान श्वास लागणे, वारंवार खोकला किंवा कफ नसणे, धाप लागणे, धाप लागणे, छातीत घट्टपणा, थकवा, वारंवार फुफ्फुसातील संसर्ग, भूक न लागणे आणि वजन कमी होणे, गंभीर लक्षणे ज्यांना तातडीने उपचार आवश्यक आहेत. : हिरवी किंवा राखाडी नखे किंवा ओठ, धाप लागणे, बोलता न येणे, गोंधळ, मूच्र्छा, हृदयाची धडधड, सुजलेल्या घोट्या, पाय आणि पाय.

एम्फिसीमा आणि क्रॉनिक ब्राँकायटिस ही सीओपीडीमध्ये योगदान देणारी सर्वात सामान्य कारणे आहेत. या दोन अटी सहसा एकत्र होतात आणि सीओपीडी असलेल्या लोकांमध्ये त्यांचा आकार बदलू शकतो. क्रॉनिक ब्रॉन्कायटिस हा ब्रोन्कियल नलिकांचा जळजळ मानला जातो, ज्या फुफ्फुसांच्या हवेच्या पिशव्यांमधून आणि हवा घेऊन जातात. हे दररोज खोकला आणि श्लेष्माचे उत्पादन (थुंकी) द्वारे दर्शविले जाते.

सिगारेटचा धूर आणि इतर त्रासदायक वायू आणि कण यांच्या हानिकारक संपर्कामुळे लहान श्वसनमार्गाच्या शेवटी असलेल्या अल्व्होलीचा नाश झाल्यास एम्फिसीमा होऊ शकतो.

सीओपीडी हा एक प्रगतीशील रोग आहे जो कालांतराने अधिक तीव्र होतो. तथापि, COPD हा एक उपचार करण्यायोग्य रोग आहे ज्यावर पुरेसे उपचार करणे आवश्यक आहे. COPD असलेल्या बऱ्याच लोकांना लक्षण नियंत्रण आणि जीवनाची गुणवत्ता चांगली मिळू शकते. तसेच, ते इतर संबंधित परिस्थितींचा धोका कमी करतात. याव्यतिरिक्त, कोळशाची धूळ, दगड खाणी, लाकूड, धान्य आणि शेतमजूर, प्राण्यांचे

आश्रयस्थान, कापड आणि कामाच्या ठिकाणी कागदाचे उत्पादन आंतरराष्ट्रीय कामगार संघटनेद्वारे नियंत्रित केले जाते आणि COPD मध्ये योगदान देते. मागील पुनरावलोकनांनी COPD असलेल्या लोकांमध्ये स्मृतिभ्रंश होण्याच्या जोखमीची गणना केली आहे आणि नोंदवले आहे की निदान झालेल्या COPDपैकी 15% मानवी क्रियाकलापांशी संबंधित आहेत. तथापि, कामाच्या ठिकाणी सीओपीडीची प्रकरणे कमी नोंदवली जाऊ शकतात. कोरियन ऑक्युपेशनल सेफ्टी अँड हेल्थ एजन्सीच्या व्यावसायिक सुरक्षा आणि आरोग्य संशोधन संस्थेच्या 1998-2007 डेटावर आधारित, ली एट अल. अहवाल द्या की 13 COPD कामाच्या प्रकरणांपैकी फक्त चार त्यांच्या कामाच्या संबंधात अधिकृत आहेत. 1 जुलै 2013 रोजी, COPD (कोळसा धूळ, सिलिका धूळ, आणि ओ. शी संबंधित

जोखीम औद्योगिक विम्याच्या घोषणेनुसार कामाच्या ठिकाणी भरपाई म्हणून सूचीबद्ध केले गेले.

स्पायरोमेट्री (स्पाय-रॉम-उह-ट्री) ही एक प्रमाणित कार्यालयीन चाचणी आहे जी तुम्ही किती श्वास घेता, तुम्ही किती श्वास सोडता आणि किती वेगाने श्वास सोडता हे मोजून तुमचे फुफ्फुस किती चांगले काम करत आहेत हे तपासण्यासाठी वापरले जाते.

स्पायरोमेट्रीचा उपयोग अस्थमा, क्रॉनिक ऑब्स्ट्रक्टिव्ह पल्मोनरी डिसीज (सीओपीडी) आणि इतर श्वासोच्छवासाच्या स्थितीचे निदान करण्यासाठी केला जातो. तुमच्या फुफ्फुसांच्या स्थितीचे निरीक्षण करण्यासाठी आणि क्रॉनिक ऑब्स्ट्रक्टिव्ह पल्मोनरी डिसीजवर उपचार केल्याने श्वासोच्छवास सुधारण्यास मदत होत आहे की नाही याचे मूल्यमापन करण्यासाठी स्पायरोमेट्री वेळोवेळी वापरली जाऊ शकते. अशी परिस्थिती:

दमा

COPD

क्रॉनिक ब्रॉंकायटिस

एम्फिसीमा

पल्मोनरी फायब्रोसिस

जर रुग्णाला आधीच क्रॉनिक ऑब्स्ट्रक्टिव्ह पल्मोनरी डिसीजचे निदान झाले असेल, तर तुमच्या औषधाची परिणामकारकता तपासण्यासाठी आणि तुमच्या श्वासोच्छवासाच्या समस्यांवर नियंत्रण ठेवण्यासाठी स्पायरोमेट्री वेळोवेळी वापरली जाऊ शकते. शस्त्रक्रियेच्या गुंतागुंतीचा सामना करण्यासाठी तुमचे फुफ्फुसाचे कार्य पुरेसे आहे की नाही हे तपासण्यासाठी नियोजित शस्त्रक्रियेपूर्वी स्पायरोमेट्रीची मागणी केली जाऊ शकते. याव्यतिरिक्त, कामाशी संबंधित फुफ्फुसाच्या विकारांचे निदान करण्यासाठी स्पायरोमीटरीचा वापर केला जाऊ शकतो.

अपघात. स्पायरोमेट्री ही सहसा सुरक्षित चाचणी असते. चाचणीनंतर श्वास घेण्यास त्रास होत असल्यास किंवा काही काळ चक्कर आल्यास. कारण चाचणीसाठी काही प्रयत्न करावे लागतील, जर तुम्हाला अलीकडेच हृदयविकाराचा झटका आला असेल किंवा इतर काही परिस्थिती असेल तर ते केले जात नाही. क्वचितच, चाचण्यांमुळे श्वसनाच्या गंभीर समस्या उद्भवतात.

रुग्णाची तयारी कशी करावी:

सैल कपडे घाला जे तुमच्या श्वास घेण्याच्या क्षमतेत व्यत्यय आणणार नाहीत.

तुमच्या चाचणीपूर्वी मोठे जेवण खाणे टाळा, त्यामुळे श्वास घेणे सोपे होईल.

काय अपेक्षा करावी

कोणीतरी स्पिरोमीटर वापरत आहे

स्पिरोमीटर पॉप-अप डायलॉग बॉक्स उघडा

स्पायरोमेट्री चाचणीसाठी तुम्हाला स्पिरोमीटर नावाच्या मशीनला जोडलेल्या नळीतून श्वास घेणे आवश्यक आहे. चाचणी घेण्यापूर्वी, तुमची नर्स, थेरपिस्ट किंवा डॉक्टर तुम्हाला काही सूचना देतील. लक्षपूर्वक ऐका आणि काही अस्पष्ट असल्यास प्रश्न विचारा. अचूक आणि अचूक परिणाम मिळविण्यासाठी योग्य चाचणी आवश्यक आहे. सर्वसाधारणपणे, स्पायरोमेट्री चाचणी दरम्यान खालील गोष्टींची अपेक्षा केली जाऊ शकते:

चाचणी दरम्यान एकजण बसला असेल.

नाक बंद ठेवण्यासाठी तुमच्या नाकावर एक क्लिप लावली जाईल.

तो/ती एक दीर्घ श्वास घेईल आणि ट्यूबमध्ये काही सेकंदांसाठी आपण जितका कठीण श्वास घेऊ शकता. हे महत्वाचे आहे की तुमचे ओठ नळीभोवती एक सील तयार करतात, जेणेकरून हवा बाहेर पडणार नाही. तुमचे परिणाम सारखे आहेत याची खात्री करण्यासाठी त्याला/तिला किमान तीन वेळा चाचणी करावी लागेल. तीन परिणामांमध्ये लक्षणीय फरक असल्यास, तुम्हाला पुन्हा मूल्यमापन करावे लागेल. तीन जवळच्या चाचणी परिणामांपैकी सर्वोच्च मूल्य अंतिम परिणाम म्हणून वापरले जाते.

संपूर्ण प्रक्रियेस सहसा 15 मिनिटांपेक्षा कमी वेळ लागतो.

स्पायरोमेट्रीच्या मुख्य परिमाणांमध्ये खालील गोष्टींचा समावेश होतो:

फोर्स्ड व्हॉल्यूम (FVC): ही सर्वात मोठी हवा आहे जी तुम्ही श्वास घेऊ शकता तितक्या कठोरपणे सोडू शकता. सामान्य पेक्षा कमी FVC रीडिंग मर्यादित श्वसन दर्शवते.

फोर्स्ड एक्सपायरेशन व्हॉल्यूम (FEV): तुम्ही एका सेकंदात तुमच्या फुफ्फुसातून किती हवा बाहेर काढू शकता. हा अभ्यास तुमच्या डॉक्टरांना तुमच्या श्वसनाच्या समस्यांच्या तीव्रतेचे मूल्यांकन करण्यात मदत करतो. FEV-1 चे कमी वाचन लक्षणीय व्यत्यय दर्शवते.

क्रॉनिक ऑब्स्ट्रक्टिव्ह पल्मोनरी डिसीज (सीओपीडी) हा एक सामान्य प्रतिबंध करण्यायोग्य आणि असाध्य रोग आहे जो जगभरातील 210 दशलक्ष लोकांना प्रभावित करतो. COPD व्यवस्थापित करण्यासाठी आंतरराष्ट्रीय आणि राष्ट्रीय मार्गदर्शक तत्वे आहेत. पुराव्यावर आधारित असले तरी, भारतातील फिनोटाइपिक आणि जीनोटाइपिक विषमता संबोधित करणे पुरेसे नाही. इतर तीव्र श्वसन रोगांमध्ये एकत्र राहणे COPD च्या अंदाजावर नकारात्मक परिणाम करू शकते. भारतामध्ये विविध जोखीम घटक आणि संबंधित परिस्थितींसह COPD चे प्रमाण जास्त आहे. तथापि, निदान साधन म्हणून स्पायरोमेट्री वापरून प्रभावी वारंवारता मोजमाप आणि गंभीर

कॉमोरबिड परिस्थितींवरील डेटा उपलब्ध नाही. या संशोधन प्रोटोकॉलची रचना या माहितीतील तफावत दूर करण्यासाठी आणि शेवटी भारतातील COPD रूग्णांमधील फेनोटाइपिक आणि जीनोटाइपिक विषमता स्पष्ट करण्यासाठी दीर्घकालीन गट अभ्यासासाठी डेटाबेस तयार करण्यात आली आहे.

थायरॉईड डिसफंक्शनमुळे क्रॉनिक ऑब्स्ट्रक्टिव्ह पल्मोनरी डिसीज (सीओपीडी) असलेल्या किंवा नसलेल्या रुग्णांमध्ये श्वासोच्छ्वासाच्या आणि श्वासोच्छ्वासाच्या स्नायू कमकुवत होऊ शकतात. यामुळे हृदय व रक्तवाहिन्यासंबंधी रोगाचा धोका वाढू शकतो ज्यामुळे मृत्यूचे प्रमाण वाढू शकते. अभ्यासात असा निष्कर्ष काढला गेला की थायरॉईड डिसफंक्शन ही एक सामान्य गोष्ट आहे

सीओपीडी रूग्णांमध्ये अतिरिक्त फुफ्फुसाचे प्रकटीकरण. हे वारंवार तीव्रतेशी संबंधित आहे जे या रूग्णांच्या जीवनाच्या गुणवत्तेवर परिणाम करतात. लवकर तपासणी आणि योग्य व्यवस्थापन रुग्णांच्या जीवनाची गुणवत्ता सुधारू शकते.

राष्ट्रीय स्तरावरील एका अभ्यासात, असा निष्कर्ष काढण्यात आला आहे की COPD सारख्या क्रॉनिक प्रोग्रेसिव्ह रोगामुळे प्रभावित लोकांचे आयुर्मान आणि जीवनमान कमी होते. याव्यतिरिक्त, गमावलेली उत्पादकता आणि उच्च उपचार खर्च मोठ्या प्रमाणावर राष्ट्रावर परिणाम करू शकतात. अशी चिंताजनक सार्वजनिक आरोग्य समस्या भारताच्या संदर्भात जोखीम तपासण्यासाठी संशोधक आणि धोरण निर्मात्यांनी त्वरित लक्ष देण्याची हमी देते, प्राथमिक आणि दुय्यम काळजी केंद्रांमधील रुग्णांच्या व्यवस्थापनातील अंतर ओळखणे, निदान आणि उपचारांचे रुग्ण-केंद्रित सर्वसमावेशक मॉडेल विकसित करणे, जीवनशैली आणि जीवनाच्या गुणवत्तेवर परिणाम करणाऱ्या पर्यावरणीय प्रदर्शनांमध्ये बदल करून रोग टाळण्याच्या संधींचा शोध घ्या. भारतासारख्या मोठ्या देशात रूग्णांना त्यांच्या पूर्वीच्या जोखीम घटकांच्या संपर्कात आल्याबद्दल त्यांना दोष देणे आणि त्यांच्यावर उपशामक उपचार करणे ही कमी खर्चाची रणनीती नाही. संकटाचा सामना करण्यासाठी सर्व संबंधितांनी पुढे आले पाहिजे आणि

भारतातील COPD चे ओझे कमी करण्यासाठी योगदान दिले पाहिजे. निरुपमा पुच्चा et.al 2018 च्या अभ्यासातून असा निष्कर्ष काढण्यात आला आहे की अशक्तपणा हा COPD असलेल्या प्रौढांमध्ये, विशेषत: कॉमोरबिड क्रॉनिक कार्डियाक आणि चयापचय रोग असलेल्यांमध्ये वाईट व्यायाम क्षमता, जास्त श्वास लागणे आणि रोगाच्या तीव्रतेशी संबंधित आहे. अशक्तपणाच्या व्यक्तींमध्ये आढळणारे बायोमार्कर COPD मधील परिणामांसह ॲनिमियाच्या प्रतिकूल संबंधांसाठी संभाव्य मार्ग म्हणून जळजळ, फुफ्फुसाच्या ऊर्तींना दुखापत आणि ऑक्सिडेटिव्ह तणाव सूचित करतात; तथापि, या संभाव्य यंत्रणा चांगल्या प्रकारे समजून घेण्यासाठी पुढील अभ्यासाची आवश्यकता आहे.

मेटा-विश्लेषण अभ्यासात डॅनियल RA(2021) यांनी निष्कर्ष काढला की लवकर व्यवस्थापनासाठी प्राथमिक आरोग्य सेवा स्तरावर COPD चे निदान करण्यासाठी पुरेसे प्रशिक्षण आणि संसाधने प्रदान केली जावीत. पुराव्या-आधारित समुदाय-आधारित हस्तक्षेपांची माहिती देण्यासाठी ओझ्याचे विश्वसनीय अंदाज प्रदान करण्यासाठी देशव्यापी लोकसंख्या-आधारित सर्वेक्षण सूचित केले आहे.

मस्जेदी M(2018) संशोधन अभ्यासात असा निष्कर्ष काढला आहे की EMRO देशांकडे अस्थमा आणि COPD च्या क्षेत्रातील संशोधन आणि डेटा अपुरा आहे. या रोगांचा देशव्यापी प्रसार आणि वास्तविक भार समजून घेण्यासाठी अधिक प्रयत्न आणि संबंधित अभ्यास करणे आवश्यक आहे.

बायोमास इंधनाच्या संपर्कात असलेल्या महिलांमध्ये COPD चे प्रमाण खूप जास्त आहे. सीओपीडीचा धोका आणि ज्या वयापासून बायोमास इंधनाच्या संपर्कात येणे सुरू होते त्या वयासह एक्सपोजरचा कालावधी यांच्यात मजबूत संबंध आढळून आला. स्पायरोमेट्रीची उपलब्धता नसणे, बायोमास इंधनाच्या धोक्यांची कमतरता, शिक्षणाची कमी पातळी आणि आरोग्य सेवा प्रदात्याचे अज्ञान हे कमी निदानाचे महत्त्वाचे निर्धारक असल्यामुळे COPD चे निदान महिलांमध्ये वारंवार होते.

क्रॉनिक ऑब्स्ट्रक्टिव्ह पल्मोनरी डिसीज (सीओपीडी) जागतिक स्तरावर 251 दशलक्ष लोकांवर परिणाम करत आहे आणि यामुळे दरवर्षी 3.15 दशलक्ष मृत्यू होतात. कमी आणि मध्यम उत्पन्न असलेल्या देशांमध्ये 90% पेक्षा जास्त COPD-संबंधित मृत्यू होतात. भारतात, मृत्यूच्या पाच प्रमुख कारणांपैकी तीन गैर-संसर्गजन्य रोग आहेत तर COPD हे मृत्यूचे दुसरे सर्वात मोठे कारण आहे. COPD चा प्रसार 2016 पर्यंत 29.2% ने वाढला आहे जो एक गंभीर सार्वजनिक आरोग्य चिंतेचा विषय आहे. चिकित्सकांना पुराव्यावर आधारित मार्गदर्शक तत्त्वांनुसार COPD वर उपचार करणे आणि कॉमोरबिडीटीचे व्यवस्थापन करणे आवश्यक आहे. काळजीची किंमत टाळण्यासाठी, एकात्मिक आणि उच्च कार्यक्षम प्रणालीची आवश्यकता आहे जी नियोजित काळजी देण्यासाठी विविध आरोग्यसेवा व्यावसायिकांचा समावेश असलेल्या टीम-आधारित दृष्टिकोनाद्वारे निरोगी जीवनशैली आणि लक्षणांचे स्वयं-व्यवस्थापन वाढवू शकते. शिवाय, धुम्रपान आणि इतर जोखीम घटक फ्युटू लक्षात घेऊन नियंत्रित केले पाहिजेत.

राष्ट्राचे पुन्हा फायदे. तसेच, वायुप्रदूषण आणि इतर पर्यावरणीय जोखीम घटक भारतात दिवसेंदिवस बिघडत चालले आहेत जे नुकत्याच प्रकाशित झालेल्या पर्यावरणीय कामगिरी निर्देशांकात स्पष्ट झाले आहे ज्यामध्ये भारत जगातील चौथ्या क्रमांकाचा सर्वात वाईट देश आहे. COPD चे ओझे सुधारण्यासाठी, वैयक्तिक आणि लोकसंख्येच्या पातळीवर सकारात्मक श्वसन आरोग्याला चालना देण्यासाठी बहुआयामी धोरणे अवलंबली पाहिजेत.

ऑब्स्ट्रक्टिव्ह स्लीप ऍप्निया (ओएसए) आणि क्रॉनिक ऑब्स्ट्रक्टिव्ह पल्मोनरी डिसीज (सीओपीडी) हे भारतीय लोकसंख्येमध्ये विकृती आणि मृत्यूचे सामान्य कारण आहेत जे एकत्रितपणे ओव्हरलॅप सिंड्रोम म्हणून उपस्थित आहेत, दोन्ही लक्षणे दर्शवितात जी सीओपीडी असलेल्या रूग्णांपेक्षा वाईट झोप-संबंधित हायपोव्हेंटिलेशनच्या विकासापासून असतात. किंवा दिवसा गंभीर हायपरकॅप्निया विकसित करण्यासाठी केवळ OSA. हा रोग इतका गंभीर आहे परंतु उत्तर भारतात त्याचा प्रसार नीटपणे नोंदवलेला नाही.

क्षयरोगाशी संबंधित COPD ही एक संपूर्ण भिन्न घटक आहे आणि त्यामुळे भिन्न व्यवस्थापन आवश्यक आहे. आपला देश हा क्षयरोगाचे ओझे असलेला देश असल्याने, सीओपीडी रुग्णांवर लोकसंख्येचे वेगवेगळे सर्वेक्षण करण्याची गरज आहे आणि क्षयरोगाशी संबंधित सीओपीडीचा अभ्यासक्रम आणि ओझे शोधण्यासाठी मोठ्या प्रमाणावर अभ्यासाचे नियोजन केले पाहिजे.

घन इंधनाचा वापर दमा, क्षयरोग आणि श्वसन प्रणालीच्या कर्करोगासारख्या श्वसन रोगांशी संबंधित आहे. या संघटना कारणीभूत आहेत असे गृहीत धरले तर, भारतातील सुमारे 17 ते 60% श्वसनाचे आजार व्यक्तींना स्वयंपाकाचे स्वच्छ इंधन उपलब्ध करून देऊन रोखले जाऊ शकतात.

तंबाखूच्या धुराशिवाय, COPD पूर्वीच्या फुफ्फुसीय क्षयरोगाच्या रुग्णांमध्ये होतो. सध्याचा अभ्यास सीओपीडी रुग्णांमध्ये टीबीशी संबंधित सीओपीडीचा रुग्णालयात आधारित प्रसार शोधण्यासाठी आणि अहमदाबाद, गुजरात, भारतातील त्याच्या विशिष्ट वैशिष्ट्यांचे मूल्यांकन करण्यासाठी अभ्यास आयोजित करण्याच्या उद्देशाने केला गेला.

टीबीशी संबंधित सीओपीडी रुग्णालयाच्या सेटिंगमध्ये सीओपीडीचे महत्त्वपूर्ण प्रमाण आहे. मोठ्या धुम्रपानाशी संबंधित COPD पेक्षा ही एक वेगळी क्लिनिकल संस्था आहे आणि त्यामुळे वेगळ्या व्यवस्थापनाची आवश्यकता असू शकते.

मोहम्मद अहमद इत्यादींनी 2019 मध्ये केलेल्या अभ्यासात असे दिसून आले आहे की घन इंधनाचा वापर दमा, क्षयरोग आणि श्वसन प्रणालीच्या कर्करोगासारख्या श्वसन रोगांशी संबंधित आहे. या संघटना कारणीभूत आहेत असे गृहीत धरले तर, भारतातील सुमारे 17 ते 60% श्वसनाचे आजार व्यक्तींना स्वयंपाकाचे स्वच्छ इंधन उपलब्ध करून देऊन रोखले जाऊ शकतात.

क्रॉनिक ऑब्स्ट्रक्टिव्ह पल्मोनरी डिसीज (COPD) हे जगभरातील मृत्यूच्या प्रमुख तीन कारणांपैकी एक आहे, परंतु सरकार आणि गैर-सरकारी संस्थांनी त्याचे प्रतिबंध आणि उपचारांना आवश्यक असलेले

प्राधान्य दिलेले नाही. हे विशेषतः कमी आणि मध्यम उत्पन्न असलेल्या देशांमध्ये खरे आहे, जेथे या आजाराने ग्रस्त बहुतेक लोक राहतात. संयुक्त राष्ट्रांनी (UN) 2030 पर्यंत असंसर्गजन्य रोगांमुळे (NCDs) अकाली मृत्यू एक तृतीयांश कमी करण्याचे लक्ष्य ठेवले आहे; तथापि, सीओपीडी (सर्वात महत्त्वाच्या एनसीडींपैकी एक) चे ओझे दूर करण्यासाठी समन्वित UN/जागतिक आरोग्य संघटना (WHO) धोरणाचा अभाव आहे. समस्येची व्याप्ती जाणून घेण्यासाठी आणि परिस्थिती सुधारण्यासाठी धोरणांच्या विकासाची माहिती देण्यासाठी, ग्लोबल इनिशिएटिव्ह फॉर क्रॉनिक ऑब्स्ट्रक्टिव्ह लंग डिसीज (GOLD) च्या संचालक मंडळाने 1-दिवसीय शिखर परिषद आयोजित केली. सीओपीडी एटिओलॉजी धूम्रपान (आणि इतर इनहेल्ड प्रदूषक) च्या पलीकडे जाते आणि फुफ्फुसांच्या खराब विकासाचा समावेश आहे या वस्तुस्थितीसह, व्यापकतेबद्दल अचूक डेटा सुनिश्चित करणे, सार्वजनिक, आरोग्यसेवा व्यावसायिक आणि सरकार यांच्यात रोगाबद्दल जागरूकता वाढवणे आवश्यक होते. प्रारंभिक जीवन, आणि स्पायरोमेट्री आणि फार्माकोलॉजिकल आणि नॉन-फार्माकोलॉजिकल दोन्ही उपचार उपलब्ध आणि परवडणारे आहेत याची खात्री करा. येथे, आम्ही COPD च्या प्रभावाला सामोरे जाण्यासाठी आवश्यक असलेल्या कृती सादर करतो. आमचा विश्वास आहे की WHO विशेषतः COPD वरील हल्ल्याचे समन्वय साधण्यासाठी योग्य स्थितीत आहे आणि GOLD सर्व मदत करेल आणि समर्थन वाढवेल.

2020 मध्ये गौरीश्री रुद्रराजू इत्यादि यांनी केलेल्या अभ्यासाच्या निकालांनी खोकल्याच्या आवाजाच्या वैशिष्ट्यांचा FEV1, FVC आणि त्यांच्या गुणोत्तरांसह वायुप्रवाह वैशिष्ट्यांसह मजबूत संबंध दर्शविला, जे फुफ्फुसाच्या आजाराचे प्रकार एकतर अडथळा (श्वासनलिकेतील अडथळे) किंवा फुफ्फुसाच्या आजाराचे प्रकार ओळखण्यासाठी महत्वाचे आहेत. प्रतिबंधात्मक (फुफ्फुसाचा विस्तार प्रतिबंधित करते). आम्ही अवरोधक विरुद्ध प्रतिबंधात्मक पॅटर्नचा अंदाज लावण्यासाठी मशीन लर्निंग मॉडेल तयार केले आहे आणि ग्राउंड ट्रूथ डेटावर आधारित K-fold क्रॉस-व्हॅलिडेशन वापरून ते प्रमाणित केले आहे. नमुना अंदाज

अचूकता 91.97%, 87.2% संवेदनशीलता आणि 93.69% च्या विशिष्टतेसह, आमचे परिणाम उत्साहवर्धक आहेत.

ऑब्स्ट्रक्टिव्ह स्लीप ऍपनिया (ओएसए) हा झोपेचा विकार आहे ज्यामध्ये हवेच्या प्रवाहात सतत किंवा लक्षणीय घट होत असते जेथे श्वासोच्छवासाचा प्रयत्न असतो ज्यामुळे रात्रीचा हायपोक्सिमिया आणि स्लीप एपनिया होतो. सीओपीडीचा ओएसएशी संबंध, ज्याला ओव्हरलॅप सिंड्रोम (ओएस) म्हणूनही ओळखले जाते, त्याचे वर्णन डेव्हिड फ्लेनली यांनी 30 वर्षांपूर्वी केले होते आणि त्यांनी असे सुचवले होते की सीओपीडी असलेल्या लठ्ठ रुग्ण, लठ्ठ लोक किंवा लठ्ठ असलेल्या लोकांमध्ये झोपेच्या संशोधनाचा विचार केला पाहिजे. . रात्रीच्या एअर थेरपीनंतर मला डोकेदुखी होते

10

समाजातील सार्वजनिक आरोग्य

समाजातील सार्वजनिक आरोग्याचे परिमाण बदलत असलेल्या तांत्रिक मूल्यमापनाचा अभ्यास आवश्यक आहे. अभ्यासामध्ये ग्रीन बिल्डिंग संकल्पनांचे विविध पॅरामीटर्स, टेलिमेडिसिन सारख्या आरोग्य सुविधांमध्ये प्रवेश, सुधारित निदान साधने, वाजवी किमतीत सर्वोत्तम शस्त्रक्रिया असू शकतात. हा अभ्यास ग्रामीण आणि शहरी जनतेसह समाजातील विविध घटकांना लक्ष्य करेल. वैद्यकीय शिक्षणासाठी हे नवीन आयाम उघडणारे आहे. हे औषधातील शिक्षण आणि शिकण्याच्या अनुभवाला संपूर्ण नवीन स्तरावर वाढवू शकते. VR वापरून, सर्जन जागतिक स्तरावर ऑपरेशन्स स्ट्रीम करू शकतात आणि वैद्यकीय विद्यार्थ्यांना त्यांच्या VR गॉगल्स वापरून OR मध्ये प्रत्यक्षात येण्याची परवानगी देतात. The Body VR ची टीम शैक्षणिक VR सामग्री तसेच रेडिओलॉजिस्ट, सर्जन आणि फिजिशियन यांच्यासाठी पारंपारिक वैद्यकीय शिक्षणाच्या प्रक्रियेस मदत करणारे सिम्युलेशन तयार करत आहे.

ऑटोमेशन म्हणजे रोगाचे वैद्यकीय निदान म्हणजे वैद्यक क्षेत्रातील प्रगतीचा नवा मार्ग खुला करणे. निदानामध्ये वैद्यकीय बायोकेमिस्ट्री, ह्युमन पॅथॉलॉजी, मेडिकल मायक्रोबायोलॉजी, रेडिओलॉजी,

सायटोलॉजी, हिस्टोपॅथॉलॉजी आणि इम्युनोलॉजी यांसारख्या अनेक उपशाखांसह औषधांमधील विविध विषयांमध्ये समन्वय समाविष्ट असतो. या सर्व शाखा आणि उपशाखा कॅमेरा छायाचित्रणातील प्रगतीसह प्रगतीचा अनुभव घेतात. सोनोग्राफी असो वा डिजीटाइज्ड एक्स-रे या निदानासाठी कॅमेरा हे खास मोल्ड केलेले तंत्रज्ञान आहे. वैद्यकीय बायोकेमिस्ट्रीमध्ये स्पेक्ट्रोस्कोपीच्या वापरामुळे रक्त आणि इतर शरीरातील द्रव विश्लेषणामध्ये निदानामध्ये क्रांती झाली. आता निदानाच्या अचूकतेसह विश्लेषणासाठी वेळ कमी होत आहे. वैद्यकीय निदानामध्ये ऑटोमेशनशी संबंधित काही उदाहरणे येथे आहेत. हिस्टोपॅथॉलॉजीमधील उदाहरण हायलाइट करणे महत्वाचे आहे. हिस्टोपॅथॉलॉजीच्या स्लाइड्स आणि कॅसेट्समध्ये नमुना म्हणून अलग केलेल्या ऊतकांवर प्रक्रिया करणे आवश्यक होते. कॅसेट मार्कर आणि स्लाइड रायटर आता व्यावसायिकरित्या उपलब्ध आहेत आणि सर्व प्रयोगशाळांमध्ये त्यांचा वापर केला जाऊ शकतो. मॅन्युअल डेटा एंट्री प्रयोगशाळा या मशीनमधील मॅन्युअल इनपुटवर अवलंबून राहतील. अधिक अत्याधुनिक प्रणाली असलेल्या प्रयोगशाळा या मशीन्ससह विशेषतः इंटरफेस करू शकतात, जेणेकरून कॅसेट चिन्हांकित करणे आणि स्लाइड लेखन पूर्णपणे स्वयंचलित प्रक्रिया बनतात, उदाहरणार्थ, डेटा एंट्री आणि वर्क लिस्ट निर्मिती, अनुक्रमे. या मशीन्सच्या आगमनाने कॅसेट आणि स्लाइड्सचे स्पष्ट, संक्षिप्त लेबलिंग सक्षम केले आहे आणि ट्रान्सक्रिप्शन त्रुटी कमीतकमी कमी केली आहे.

जर आपण सूक्ष्मजीवशास्त्राकडे निदानाच्या कोनातून पाहिले तर हे लक्षात येते की आज स्वयंचलित उपकरणे अनेक क्लिनिकल मायक्रोबायोलॉजी प्रयोगशाळांचा आवश्यक भाग बनली आहेत. पॉझिटिव्ह रक्त संस्कृती शोधणे, प्रतिजैविक संवेदनाक्षमता चाचणी आणि सूक्ष्मजीवांची ओळख, बॅक्टेरियासाठी लघवीचे नमुने तपासण्यासाठी आणि क्लिनिकल नमुन्यांमधील मायकोबॅक्टेरियम क्षयरोगाचे पृथक्करण आणि प्रतिजैविक संवेदनाक्षमता यासाठी स्वयंचलित उपकरणे देखील उपलब्ध आहेत. रुग्णाच्या रक्तातील

सूक्ष्मजीवांचे जलद शोध हे निदान आणि रोगनिदानविषयक महत्त्व आहे. म्हणून, सेप्टिसीमियाच्या एटिओलॉजिकल एजंटच्या निदान आणि उपचारांमध्ये रक्त संस्कृती आवश्यक आहेत. सेप्टिसिमिया हा सर्वात गंभीर संसर्गजन्य रोगांपैकी एक असल्याने, रक्तातून जन्मलेल्या जिवाणू रोगजनकांचे जलद शोध आणि ओळख हे क्लिनिकल मायक्रोबायोलॉजी प्रयोगशाळेचे प्रमुख कार्य आहे. परिणामी, गेल्या 30 वर्षांत स्वयंचलित रक्त संवर्धन प्रणाली विकसित आणि परिष्कृत करण्यात आली आहे. वापरण्यात येणारे पहिले अर्ध-स्वयंचलित साधन, BACTEC 460 (Johnston Laboratories Inc.), 14C अंतर्भूत असलेल्या द्रव माध्यमात वाढणाऱ्या सूक्ष्मजीवांद्वारे चयापचयित किरणोत्सर्गी कार्बन डायऑक्साइड आढळले. यामुळे लवकरच कार्बन डायऑक्साइडचे इन्फ्रा-रेड डिटेक्शन वापरून रेडिओमेट्रिक नसलेल्या BACTEC 660/730 ला मार्ग मिळाला.

अशा प्रकारे कोणत्याही वैद्यकीय क्षेत्रात वैद्यकीय इतिहास घेण्यापासून औषधे लिहून देण्यापर्यंत, निदान, फार्मसीपर्यंत सर्वत्र तंत्रज्ञान आपली महत्त्वाची भूमिका बजावत आहे. आता तंत्रज्ञानाचा वापर करून डॉक्टर आणि सर्जनचे काम सोपे झाले आहे. शल्यचिकित्सक आणि डॉक्टरांना त्यांचे ज्ञान वाढवण्यासाठी अधिक वेळ मिळू शकतो. टेलीमेडिसिन संकल्पनेने औषध वितरण प्रणालीत क्रांती घडवून आणली. भारतीय गावे आता टेलिमेडिसिनद्वारे मोठ्या रुग्णालयांशी जोडली गेली आहेत. तज्ज्ञ डॉक्टर आता दूरच्या ठिकाणच्या रुग्णांची तपासणी करून उपचार लिहून देऊ शकतात. अशा प्रकारे टेलीमेडिसिन 7 एप्रिल 2018 रोजी "सर्वांसाठी आरोग्य" या जागतिक आरोग्य दिनाच्या आदेशाची पूर्तता करण्याच्या मार्गावर आहे. एखाद्या देशाचे निरोगी नागरिक हीच त्या देशाची मौल्यवान संपत्ती असू शकते. जर आपण भारतातील निरोगी नागरिकांवर लक्ष केंद्रित केले तर आपला सखोल मार्ग अधिक मजबूत होईल.

भारतातील नवीन आणि उदयोन्मुख ग्रीन बिल्डिंग संकल्पना गुणवत्तापूर्ण सार्वजनिक आरोग्यासाठी सुधारित वातावरणाचे आश्वासन देते. आपले पर्यावरण हळूहळू नष्ट करण्यात बांधकाम

उद्योगाला फार पूर्वीपासून एक प्रमुख योगदान म्हणून ओळखले जाते. या उद्योगात बांधकाम, पाडणे, नूतनीकरण यासारख्या विविध उपक्रमांतून निर्माण होणाऱ्या कचऱ्याचे प्रमाण जास्त आहे. यामुळे बांधकाम आणि विध्वंसाची उत्पत्ती होते.

(C&D) कचरा निर्मितीवर. शाश्वत उद्दिष्टे साध्य करण्यासाठी सी आणि डी कचरा व्यवस्थापनावर लक्ष केंद्रित केले आहे. बांधकाम उद्योग नवीन सामग्रीचा प्रमुख ग्राहक आहे. हे लक्षात घेता, नवीन विकसनशील देशांमध्ये राष्ट्रीय स्तरावर वापरल्या जाणाऱ्या सर्व उर्जेची महत्त्वपूर्ण टक्केवारी बांधकाम कामासाठी सामग्री उत्पादनाचा आहे. म्हणून, बांधकाम उद्योगाने बांधकामाच्या सर्व टप्प्यांवर कचरा कमी करण्याचा प्रयत्न करणे अत्यावश्यक आहे.

निर्माण होणारी टाकाऊ सामग्री खराब होऊ शकते किंवा न वापरली जाऊ शकते, परंतु पुनर्नवीनीकरण किंवा इतर स्वरूपात पुनर्वापर केले जाऊ शकते. टाकाऊ लाकूड पुनर्प्राप्त केले जाऊ शकते आणि नवीन बांधकाम प्रकल्पांसाठी लाकडात पुनर्वापर केले जाऊ शकते. सिमेंट, विटा आणि प्लास्टर चिरडले जाऊ शकतात आणि इतर बांधकाम किंवा इमारत प्रकल्पांमध्ये पुन्हा वापरले जाऊ शकतात. हे साहित्य डंपस्टरच्या रोलमध्ये गोळा केले जाऊ शकते जे नंतर कचरा व्यवस्थापन किंवा पुनर्वापर कंपनी उचलू शकते.

जगभरातील बांधकाम प्रकल्पांच्या वाढत्या संख्येमुळे, बांधकाम कचऱ्यात वाढ होत आहे, ज्याची विल्हेवाट मुख्यत्वे लँडफिल्समध्ये टाकली जाते. या वाढीमुळे प्रभावी कचरा व्यवस्थापन आराखडा असण्याची गरज वाढेल आणि सर्व कंत्राटदार आणि बांधकाम कंपन्यांची गरज म्हणून त्याकडे वळेल. जास्त उत्पादन, खराब हाताळणी, चुकीचे स्टोरेज, चुकीचे ऑर्डरिंग, डिझाइनमध्ये बदल, मॅन्युफॅक्चरिंग दोष आणि पुनर्काम हे घटक कचऱ्यामध्ये योगदान देतात. कचऱ्यावर प्रति प्रकल्प सुमारे दहा लाख डॉलर्सचे नुकसान होऊ शकते, अशी नोंद करण्यात आली आहे. बांधकाम कचऱ्याच्या निर्मितीमध्ये योगदान देणारे इतर घटक म्हणजे प्रशिक्षणाचा अभाव आणि खराब कारागिरी. कच्च्या मालाची नासाडी, कचऱ्याचे अप्रभावी व्यवस्थापन हे बांधकाम

साइट्सवर सामान्य असल्यामुळे, कचरा कमी करणे हे बांधकाम उद्योगात चिंतेचे महत्त्वाचे क्षेत्र बनले आहे. बांधकाम कचऱ्याचा जमिनीचा ऱ्हास आणि ऱ्हास, ऊर्जेचा वापर आणि ध्वनी प्रदूषण यांच्यावर होणाऱ्या हानिकारक प्रभावामुळे प्रकल्प स्थळांवरील कचरा व्यवस्थापनावर मुख्य लक्ष केंद्रित केले गेले आहे आणि घनकचरा निर्मिती आणि धूळ व वायू यासाठी पर्यावरणीय प्रदूषणाचे प्रमुख स्त्रोत मानले गेले आहे. उत्सर्जन

C&D कचऱ्याचे प्रकार ज्याचे व्यवस्थापन करणे आवश्यक आहे:

माती, विटा, काँक्रीट किंवा सिमेंट आणि जिप्सम हे काही सी आणि डी कचरा आहेत ज्यांची काळजी घेणे आवश्यक आहे. जिप्सम जेव्हा ओलसर असते तेव्हा पाणी सोडते जे पांढरे द्रव असू शकते ज्यामुळे झाडाच्या आसपास राहणाऱ्या लोकसंख्येला त्रास होतो. विध्वंसाच्या ठिकाणाहून आलेल्या मोर्टारसह विटा पुन्हा चिरडल्या जाऊ शकतात आणि अतिरिक्त माती आणि काँक्रीट आणि तुटलेल्या ब्लॉकससह स्थिर ब्लॉक बनवता येतात आणि बांधकाम साइट्समधून येणारा कचरा मोर्टार एकत्रित आणि बारीक वाळूमध्ये पुनर्वापर केला जाऊ शकतो. कदाचित एम-वाळू पुनःस्थित करा.

सी आणि डी कचरा हाताळणी

पर्यावरणाचे रक्षण करण्यासाठी आणि बांधकाम उद्योगाची शाश्वतता सुधारण्याच्या प्रयत्नात, बांधकाम कचरा कमी करण्यासाठी अनेक देशांमध्ये नियम विकसित केले गेले आहेत. एक उदाहरण म्हणजे युनायटेड नेशन्स फ्रेमवर्क कन्व्हेन्शन ऑन क्लायमेट चेंज (UNFCCC) ज्याने हळूहळू कचऱ्याशी संबंधित कायदे आणि नियमांची अंमलबजावणी करण्यास सुरुवात केली आहे. दुबळे बांधकाम तंत्र कचरा निर्मूलनाशी संबंधित प्रक्रियांची रूपरेषा देखील देते. भारतात कचरा व्यवस्थापनात कंत्राटदार महत्त्वाची भूमिका बजावतात. कंत्राटी व्यवस्थेसाठी आवश्यक आहे की विध्वंस कचऱ्याची विल्हेवाट कंत्राटदाराने त्याच्या खर्चाने केली पाहिजे. नवीन बांधकाम, इमारतींचे नूतनीकरण किंवा दुरुस्ती व्यतिरिक्त, विद्यमान इमारत/संरचना पाडणे हे बांधकाम उद्योगातून कचरा निर्मितीचे मुख्य कारण आहे.

भारतात, एखादी जुनी इमारत इमारत खराब झाल्यामुळे पाडायची असेल किंवा नवीन इमारत बांधण्यासाठी मार्ग काढायचा असेल तेव्हा पाडकाम कंत्राटदारांची सेवा घेतली जाते.

तीन रुपये' (3Rs): हे मॉडेल रिड्यूस, रियूज आणि रीसायकलच्या 3Rs चा संदर्भ देते. 3Rs' त्यांच्या इष्टतेसाठी आहे. C&D कचरा व्यवस्थापित करण्यासाठी कपात ही सर्वात प्रभावी आणि कार्यक्षम पद्धत मानली जाते. कचरा निर्मिती कमी करून, कचरा वाहतूक आणि विल्हेवाटीचा खर्च देखील कमी होईल. कचरा समजल्या जाणार्‍या सामग्रीचा पुनर्वापर ही लँडफिल्सवर टाकला जाणारा कचरा कमी करण्याची आणखी एक प्रभावी पद्धत आहे आणि त्यामुळे बांधकाम प्रकल्पांच्या खर्चात मोठी बचत होते. या मॉडेलचा तिसरा भाग पुनर्नवीनीकरण सामग्री वापरण्यास प्रोत्साहित करतो. रीसायकल मटेरियल वापरल्याने पर्यावरणाचे रक्षण होईल आणि पुनर्प्राप्त न झालेल्या नैसर्गिक संसाधनांचा वापर कमी होईल.

Suzlon Energy Limited ही पुणे येथील जागतिक स्तरावरील पवन ऊर्जा कंपनीने वास्तुविशारदांसह भारतातील सर्वात हिरवे कार्यालय तयार करण्याचे वचन दिले. कंपनीचे ब्रीदवाक्य, 'उद्या अधिक हिरवे बनवणे' या उद्देशाने वास्तुविशारद पूर्णपणे विनाविषारी आणि पुनर्नवीनीकरण केलेल्या सामग्रीवर अवलंबून होते. एक दशलक्ष S.F. 10.4-एकर शहरी वातावरणात ग्राउंड प्लस टू लेव्हलने LEED प्लॅटिनम आणि TERI GRIHA 5 स्टार प्रमाणन मिळवले आहे आणि 8 टक्के वार्षिक ऊर्जा फोटोव्होल्टेइक पॅनेल आणि पवनचक्कीद्वारे साइटवर निर्माण केली आहे आणि एकूण वाढीव खर्च सुमारे 11% आहे. या पातळीचे प्रमाणीकरण आणि ऑन-साइट नूतनीकरणक्षम ऊर्जा असलेल्या इतर कोणत्याही LEED प्रमाणित इमारती नाहीत ज्यांनी हे k साध्य केले आहे.

संदर्भ

https://www.eufic.org/en/healthy-living/article/10-healthy-lifestyle-tips-for-adults

https://www.who.int/

Michie, et al. (2011). The behaviour change wheel: a new method for characterising and designing behaviour change interventions. Implementation Science